ஜாப் மார்சியா

ஜாப் மார்சியா

பிரபு தர்மராஜ்

எதிர்
வெளியீடு

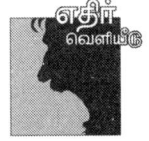

ஜாப் மார்சியா
பிரபு தர்மராஜ்

முதல் பதிப்பு: அக்டோபர் 2023

எதிர் வெளியீடு,
96, நியூ ஸ்கீம் ரோடு, பொள்ளாச்சி – 642 002
தொலைபேசி: 04259 226012, 99425 11302

விலை: ரூ. 250

Jaff Maarcia
Prabhu Dharmaraj

Copyright © Prabhu Dharmaraj
First Edition: October 2023

Published by
Ethir Veliyeedu, 96, New Scheme Road, Pollachi – 2
email: ethirveliyedu@gmail.com
www.ethirveliyeedu.com

ISBN: 978-81-19576-52-4
Cover Design: Roy Kannthali
Photography: Brand Partners, Nagercoil
Printed at Jothy Enterprises, Chennai.

All rights reserved. No part of this book may be reprinted or reproduced or utilised in any form or by any electronic, mechanical or other means, now known or hereafter invented, including Photocopying and recording, or in any information storage or retrieval system, without permission in writing from the Publisher.

பிரபஞ்சத்தின் பேராற்றலுக்கும், பூமியிலுள்ள அத்தனை மரங்களுக்கும், பிரபஞ்சத்தின் உந்து சக்தியான காதலுக்கும், காதலிகளுக்கும், பிரபஞ்சத்தின் பெரும்வெளியில் வாசம் செய்யும் எனதன்புச் சகோதரன் **க.சீ. சிவகுமாருக்கும்...** எனைப் பெறாத என்னுடைய பேரன்பின் தகப்பன் **எஸ்.பி. பாலசுப்பிரமணியத்துக்கும்...**

அணிந்துரை

அண்மையில் கிடைத்த அறிமுகம் பிரபு தர்மராஜ். இவ்வளவு நாள் எங்கு மறைந்திருந்தான்? இத்தனைக் காலமும் இவன் நம்முடைய அருகாமையில் இருக்கும்படியான சூழலும் வாய்ப்பும் கிட்டாமல் போய்விட்டதே? என்று நினைக்கும்படியான ஒரு உணர்வைத் தந்தவன் பிரபு. முதல் சந்திப்பிலேயே மனதுக்கு மிகநெருக்கமாக வந்துவிட்ட ஓர் இளம்தோழன்.

சிறுகதை, நாவல் என படைப்புவெளியில் தனித்துவமான ஒரு எழுத்தாளனாய்த் தன்னை அடையாளப் படுத்திக் கொண்டவன் பிரபு. எழுத்தின் மூலவிசை இளமையிலேயே வசப்பட்டுவிட்டதால் அவனது படைப்புகளில் வரிக்கு வரி துள்ளிவரும் எள்ளல், அதிலும் கன்னியாகுமரி மாவட்ட வட்டார வழக்கில் வரிந்து கட்டிக் கொண்டு வரும்போதே அது இன்னும் கூடுதல் அர்த்தங்களைத் தந்துவிடுகிறது.

1950, 60 களில் திரையில் வந்த எம்.ஆர். ராதாவின் உடல்மொழியையும், வசனங்களையும் பார்த்தும், கேட்டும் பரவசப்பட்டதைப் போலவே இவனோடான உரையாடல்களில் அதைப் பார்த்தும், கேட்டும் மகிழ்ந்தேன். அவனது கதைகளை நினைத்து நினைத்துச் சிரித்துக் கொண்டேயிருக்கிறேன்.

பிரபு தர்மராஜின் எழுத்துகளிலுள்ள அசாத்தியமானதொரு எள்ளலை சமீபகாலங்களில் நான் எவரிடமும் கண்டதில்லை. அவனுடைய எழுத்தின் நடுவில் வந்துசெல்லும் கதாபாத்திரங்களும், அவை பேசும் வசனங்களும், சம்பவங்களும், அதை அவன் தன்னுடைய மொழியில் வழிநடத்தும் போக்கையும் நான் பலரிடத்திலும் வியந்து சொல்லி சிலாகித்துக் கொண்டேயிருக்கிறேன்.

எனது அனுபவத்தில் ஆள்வேறாகவும், எழுத்துவேறாகவும் இருக்கும் எழுத்தாளர்களையே பெருவாரியாகச் சந்தித்து அயர்ந்து

போன எனக்கு பேச்சும், எழுத்தும் சரிநிகர் கோட்டில் கொண்ட ஒரு அரிய கலைஞனாக பிரபுவைக் கண்டதில் மிகுந்த மகிழ்ச்சி. பிரபு நீடூழி வாழ்வான்! அவனது கலைகளினூடே....!

ஓவியர். டிராட்ஸ்கி மருது

சென்னை

27.9.2023

என்னுரை

என்னைப் பற்றிக் குறிப்பிட விசேஷமாக எதுவுமில்லை! வேண்டுமானால் என்னைச் சுற்றியுள்ள அன்பு நிறைந்த மனிதர்களைப் பற்றிக் கூறலாம்! நிஜத்தில் நாம் சோர்ந்து, நெகிழ்ந்து, நெக்குருகிக் கிடக்கையில் நம்மைப் பற்றிக் கொள்ளும் மனிதர்கள்தான் நாம் வாங்கி வந்த பெருவரம்! உண்மையில் இங்கே நான் என்பது நானில்லை! என்னைச் சுற்றியிருக்கும் நன்மைக்குரிய ஆத்துமாக்களும், என்னை மிகப்பெரிய வாஞ்சையோடு இயக்கி வரும் இப்பிரஞ்சமும், நான் சுவாசிக்க ஜீவசுவாசத்தையளிக்கும் மரங்களுமே!

கடந்துபோன சாலையை, நதியை, நாயை நினைவு கூறுவது போலத்தான் நம்மைக் கடந்து செல்லும் மனிதர்களை நினைவு கூறுவதும்... எல்லாரும் அன்பான மனிதர்கள்தாம்! நாம் எதைத் தருகிறோமோ அதையே நமக்குத் திரும்பத் தருவார்கள்! நாம் தொலைத்தவர்களைக் குறித்து கண்ணீர் சிந்தலாம்! நம்மைத் தொலைத்தவர்களை நம்முடைய இழப்பை நினைத்துக் கண்ணீர் சிந்த வைப்பதுதான் நாம் வாழ்ந்த அன்பான வாழ்க்கையாக இருத்தல் அவசியம்! அப்படியான ஒருத்தியை இப்புத்தகத்தின் வாயிலாக நினைவு கூறுகிறேன்! அப்படியே இவ்வுலகிலுள்ள அத்தனை மனிதர்களையும், ஜீவராசிகளையும், செடிகொடி மரங்களையும், மலைகளையும் கட்டியணைத்துக் கொள்கிறேன்! இயற்கையின் பேராற்றல் நம் அனைவரையும் அன்பு நிறைந்த பெரும் சக்தியோடு இயக்கட்டும்!

தருவே இறை!

அத்தியாயம் 1

ஒரு பூலோகப் பிழையின் உதயம்

வருடம் 2019, மே மாதம் 15ஆம் நாள், மதியம் பன்னிரெண்டு மணி.

நான் வண்டியோட்டுகிறேன் என்பது வண்டியோட்டிக் கொண்டிருக்கும்போதே மறந்து போகிறது எனக்கு..! சிலவேளைகளில் கிழவிகளின் பிருஷ்டபாகங்களில் மோதி வண்டியைப் பார்க்கிங் செய்த சுகானுபவங்களும் நடந்திருக்கிறது.

ரப்பர் சக்கரங்களுக்குத் தெரியுமா... தான் மோதியது ஒரு பேரழகியின் மீது என்பது? அவளும் பேரழகிதான் எழுபதாண்டுகளுக்கு முன்னர்!

இந்தக் கழிவிறக்கங்களுக்குக் கண்ணுமில்லை மண்ணுமில்லை! இந்தச் சுய பச்சாதாபக் குப்பைகளைக் கொண்டு போய் பன்றிகளுக்குதான் பந்தி வைக்க வேண்டும்.

'அய்யோ! இந்தத் தனிமை என்னைக் கொன்று போடும் போலிருக்கிறதே!' என்று கதறிக் கொண்டிருந்தான் அந்த ராப்பிச்சைக்கார ராஸ்கோல்.

நான் அவனிடம், "உன் திருவோட்டில் என்ன இருக்கிறது?" என்றேன்.

அதற்கு அவன், "இது திருவோடல்ல! ஒரு ஆமையின் கூடு!" என்றான்.

உடனடியாக நான் கொடுத்த தகவலின் பேரில் அடுத்த பத்து நிமிடங்களில் வனத்துறையினர் விரைந்து வந்து அந்த ஆமைக்கொல்லியைக் கைது செய்து அள்ளிச் சென்றார்கள்.

பாருங்களேன்! இப்போது அவன் தனிமையிலில்லை! சிறையில் அவனோடு சேர்த்து கீரிக்கொல்லி, சீங்கண்ணிக் கொல்லி, மிளாவுண்ணி, என்று பத்துப் பதினைந்து வேட்டைக்கார

வேலப்பன்கள் கிடந்தார்கள்... 'எத்தனை நாட்கள்தான் நீ அரசுக்கு சேவகம் செய்வாய்?' என்று கூவியது என் உள்மனம்!

உடனடியாக தேசத்தின் மகாராணிக்கு இவ்வாறு ஒரு தூது அனுப்பினேன்,

"மகாராணி! உங்கள் நாடு பாவிகளின் கூடாரமாயிருக்கிறது! அவர்கள் கூட்டங் கூட்டமாய் அங்காடிகளில் அலைந்து திரிகிறார்கள்."

ராணியிடமிருந்து பதில் இல்லை! நான் மீண்டும் "மகாராணீ..." என்று கதறியபின் அவளிடமிருந்து வந்த பதில்...

"நான் மகாராணியல்ல... மீன் விற்பவள்! நீ களவாண்ட மீன்களைத் திரும்பக் கூடையில் போடு!" என்றாள்.

'நானா திருடன்? நானல்லவோ மன்மதன்? ரதி கூட ஒருமுறை என்னைப்பார்த்து சொல்லியிருக்கிறாள், "நீ ஒரு கன்னிகைகளின் மனதைக் களவாடும் கள்வனென்று! ஆனால் இன்று நான் ஏன் மீன்களைத் திருடினேன்...?" என்ற கேள்வி என்னை அசைத்துப் பார்த்தது. நான் அவளிடம்,

"மகாராணி! நான் இந்த மீன்களை இளவரசியின் கண்கள் என்று நினைத்துதான் என்னுடைய கூடையில் எடுத்து வைத்தேன்! தயைகூர்ந்து இதை என்னிடம் திருப்பிக் கேட்காதீர்கள்!"

"அடி செருப்பால நாய! பைசாவ எடு! நடந்தா களவு! கெடந்தா உளவு!" என்றாள் அந்தக் கிழவி. கொடுக்க மனமின்றி அந்தக் கயல்களை அவளிடம் திரும்ப ஒப்படைத்தேன்.

"காலியான மீன்சட்டிகளில் நீந்தாத மீன்கள் எப்படிக் குழம்பாகும் கோப்பெருந்தேவி?"

"போடோ கோப்பே! நின்ற கிழங்ங்ு இவிடத்து வேகுனில்லா!" என்றாள் அந்த மீன்காரப் பாவி.

"மனசாட்சியற்றவள் நீ!" என்றேன்.

"*You are a Tailor made fcuker!*" என்றாள் மீன்காரக் கிழவி. உடனடியாக நான் அந்த மீன் சந்தையிலிருந்து வெளியேறினேன்.

"இந்த இழவுச் சாலைகள் எங்கு போய் முடியுமோ ஈஸ்வரா?" என்றேன் ஈனஸ்வரத்தில்... நான் வண்டியில்தான் வந்தேன் என்பதே

எனக்கு மறந்து போய், என்மேனியில் கிடந்த அந்த ரத்தக்காயங்கள் எப்படி ஏற்பட்டது என்றேயறியாமல் முட்டியைத் துடைத்துக் கொண்டேன். 'ஆமாம்? என் வண்டியை எங்கே? அது எந்த சாக்கடையில கிடக்கோ?' மறதி என்பதும் மன்மத பாணம்தான்... அன்பும், அம்பும் பிரதானம்... அட! அதுதானே இலக்கு!

இதை நீங்கள் ஒரு கவிதையாக எண்ணிக் கொண்டீர்களானால் நீங்கள் என்மீது அளவற்ற காதலைக் கொண்டிருக்கிறீர்கள் என்று அர்த்தம். ஏனென்றால் இது கவிதையுமல்ல! கதையுமல்ல! It's a Serious psychological mental medical condition! எனக்கெப்படி ஏற்பட்டது இந்த மறதி? ஒரு நிமிடம் பொறுங்கள்! என்னுடைய பெயர் மற்றும் விவரங்களை நியாபகப் படுத்திவிட்டுச் சொல்கிறேன்.

பொறுத்தமைக்கு நன்றிகள்!

1982ஆம் ஆண்டில் ஒருநாள் நான் ஒரு இருட்டான அறைக்குள் இருந்தேன். அந்த இடம் ஈரமாகவும், கதகதப்பாகவும் இருந்தது. எங்கிருந்தோ ஏதேதோ ஒலிகள் கேட்ட வண்ணமிருந்தன. யாரோ ஒரு பெண்மணி பித்தளைச் சொம்பு ஒன்றுக்குள் வாயை வைத்துப் பேசுவது போன்றதொரு தொனியில் அந்தக் குரல் கேட்டது.

"புஷ் செய்யூ மோளே! நன்னாயிட்டு....!"

இன்னொரு குரல், "ப்ளீஸ் கோவாப்பரேட் மிஸஸ் இருதயராஜ்! புஷ்ஷ்ஷ்ஷ்!"

"அய்யோ! அம்மா!" என்றொரு கூக்குரல் கேட்டது. இந்தக் குரலைத்தான் கடந்த எட்டரை மாதங்களாகக் கேட்டுக் கொண்டிருக்கிறேன் என்ற ஒரு பிரமை தட்டியதும் யாரோ என்னை கீழிருந்து மேல் நோக்கித் தள்ளுவது போன்ற ஒரு அவஸ்தை. எனக்குக் கோபம் கோபமாக வருகிறது. என்ன செய்வதென்றே தெரியவில்லை. அப்போதைக்குக் கெட்ட வார்த்தைகள் எதுவும் எனக்குப் பரிச்சயமாகவில்லையாதலால் என்னால் யாதொருவரையும் கடிந்து கொள்ள இயலாத கையறு நிலை.

மீண்டும், "மோளே மேரி! நன்னாயிட்டு புஷ்செய்யடி! எண்ட பொன்னு மோளல்லே! நிண்டே கொச்சுட்டியுடே தலையே ஞான் கண்டு! புஷ் செய்தேங்கி இப்பளே பேபியக் காணாம்!"

எனக்கு மீண்டும் அழுத்தம் கொடுத்தார்கள். எனக்கோ கோபமான கோபம், "என்னட்டியளா செய்யீதிய என்னையப்

13

போட்டு? வதைக்காளுவளே என்னைய?" என்று கத்த வேண்டும் போலிருந்தது. அப்போதுதான் என் தலையைப் பிடித்து யாரோ பிறாண்டினார்கள்.

மீண்டும், "அப்படித்தான்! இன்னும் கொஞ்சம்... வேகமா!"

அம்மா ஒரே ஊதாக ஊதித்தள்ள என் தலையைக் கெட்டியாகப் பிடித்துக் கொண்டு மொத்தமாக இழுத்தார்கள். எனக்குக் கண்ணெல்லாம் கூசியது.

"வ்வா...வ்! பாய் பேபி! வெல்கம் பாய்!" இது டாக்டர் ஷியாமளாவின் குரல். நான் சப்தமாகக் கத்தினேன்.

"ஊ.....வ்வ்வ்வ்"

ஒரு நர்சு பெண்மணி என்னை வாங்கி என் மேலிருந்த ஈரத்தைத் துடைத்து ஒரு டர்க்கி டவ்வலில் பொதிந்து அம்மாவிடம் கொடுத்தாள். அம்மா என்னைக் கையில் வாங்கி ஆதூரத்தோடே கூடி ஒரு முத்தத்தைத் தந்தாள். வாழ்வின் முதல் முத்தம். மீண்டும் அந்த நர்சு என்னை வாங்கி தன்னுடைய மார்போடு அணைத்துக் கொண்டு ஆப்பரேஷன் தியேட்டரில் இருந்து வெளியில் கொண்டு வந்து நின்று கொண்டு யாரையோ கூப்பிட்டாள்.

"மிஸ்டர் இருதயராஜ்! இங்க இருக்கீங்களா?"

வேறு சில ஆட்களின் குரல்கள் தொடர்ச்சியாகக் கேட்டுக் கொண்டிருந்தன. இருதயராஜைக் காணவில்லை. அப்போது இன்னொரு நர்சு கிரிஜா வந்து என்னைக் கண்டு சொன்னாள்,

"ஓஹ் கலா சேச்சி! ஈ கொச்சுட்டி இப்பள பிரசவிச்ச குட்டியல்லே! எத்தரைக்கிம் சுந்தரமாய்ட்டு உண்டு? உஹ்!"

"அதே கிரிஜே! ஈ செக்கனுடே அச்சனேக் காணால்லோ! செவங்கள்! ஒரு ஸ்த்ரீய தனிச்சி ஆக்கிட்டு ஈ கோந்தம்மார்கள் எவிட போயி கெடக்குகா!"

எனக்குச் சிரிப்பாக வந்தது. அப்போது என் வலது கன்னத்தில் ஏதோ ஒன்று உறுத்தவே நான் அதை என் கைகளால் வருட எதிரில் நின்ற கிரிஜா சிஸ்டர் சொன்னாள்,

"சேச்சி கண்டோ... ஈ செக்கனுடே ப்ரவர்த்தி? பாவியில் வல்லிய கோழியாய்ட்டு வரும்!"

நான் துழாவியது கலா சிஸ்டரின் நெஞ்சில் கிடந்த பெயர்ப்பட்டையை... அதற்கு கலா சிஸ்டர் கிரிஜாவிடம்,

"எடீ ஷெவமே! கொச்சல்லே... வெஷக்குன்னுவா இருக்கும்! நீ போய் மிஸ்டர் இருதயராஜ் எவீடே நில்ப்புண்டேன்னு ஒண்ணு நோக்கு!"

என்றவாறே அவளை அனுப்பிவிட்டு என்னைக் கொண்டு போய் அம்மாவிடம் பால் குடிக்கக் கொண்டு வந்து கொடுத்தாள். சற்று நேரத்தில் மிஸ்டர் இருதயராஜ் வெளியில் நிற்பதாக வந்த தகவலையடுத்து கலா சிஸ்டர் என்னை மறுபடியும் தூக்கிக் கொண்டு போய் அவரிடம் கொடுக்க அவர் மகிழ்ந்து போய் என்னைப் பார்ப்பதற்குப் பதிலாக கலா சிஸ்டரின் பெயர்ப்பட்டையைப் பார்த்தார். உடனே கலா சிஸ்டர்,

"புஷ்கலா உன்னிக்குட்டன்" என்று சொல்ல திரு,இருதயராஜ் அவர்கள் திடுக்கிட்டு சிஸ்டரைப் பார்க்க அவள் மீண்டும்,

"ஆ பேட்ஜிலே அங்கனத்தன்னே உள்ளு!"

அப்போது நான் அந்த பேட்ஜைப் பிடித்து இழுக்கவும் கிரிஜா சிஸ்டர் வரவும் சரியாக இருந்தது. கிரிஜாவிடம் கலா சிஸ்டர்,

"ஏடி கிரிஜே! நீ ஆத்யம் பரஞ்சது சரிதன்னயா? அச்சனப் போலதன்னே கொச்சி! நீ கண்டல்லோ? ஆ பரிசரத்லெர்ன்னு புள்ளி கையே அகற்றானில்லா!"

கிரிஜா சிஸ்டர் களுக்கென சிரிக்கவும் இருதயராஜ் கலாவிடம்,

"என்ன புள்ள சிஸ்டர்?"

"தனிக்கி இப்பத்தன்னே சோதிக்காம்ன்னு தோணியல்லே?"

"ஹிஹி! அது வந்து?"

"ஆண் கொச்சா! மதர் அகத்தேக்கி உண்டு! ஹாஃபன் அவர் கழிச்சி வந்தால் காணாம்!"

எனக்கு ஒரே குழப்பம். யார் இந்த இருதயராஜ்? இந்தக் குரலை எங்கேயோ கேட்டிருக்கிறேன்! ஆனால் அம்மா இருதயராஜ் என்றெல்லாம் சொன்னதில்லையே? இவரது குரலைக் கேட்டதும் அம்மா ஒரே ஒரு வார்த்தையை மாத்திரம் சொல்லக் கேட்டிருக்கிறேன். "மண்டன்!"

கலா சிஸ்டர் என்னிடம், "மோனே அச்சனக் கண்டோ? அம்மையிடத்தேக்கே பூவாம்!" என்றவாறே மறுபடியும் என்னைக் கொண்டு வந்து அம்மாவின் அருகில் கிடத்தினாள். எனக்கு ஒரு எழவும் புரியவில்லை.

என்னுடைய தலைக்கு மேலே ஒரு மண்டையிலிருந்து மூன்று கைகள் முளைத்த ஒரு பறவை நின்ற இடத்திலிருந்து எதுக்குச் சுற்றுகிறோம் என்பதையே அறியாமல் சுற்றிக் கொண்டிருந்தது. அதன் பெயர் சீலிங் ஃபேன் என்பது எனக்கு அப்போது தெரியாதல்லவா?

அதன்பிறகு வீட்டுக்கு வந்தோம். எதற்கு அழுகிறோம்? எதற்காகவெல்லாம் சிரிக்கிறோமென்றேயறியாமல் அழுதும், சிரித்தும், பால் குடிப்பதுமாக பகலில் உறங்கிக் கிடந்து, இரவில் விழித்துக் கிடந்து கூட இருப்பவர்கள் எவரையும் நிம்மதியாக உறங்கி விடாமல் பார்த்துக் கொண்டதில் ஒரு மூன்று மாதங்கள் கடந்தன. கொஞ்சம் நாட்களில் பெற்றோரின் முகங்கள் தெளிவாகத் தெரிந்தன. பாட்டி தாத்தா கும்பல் மற்றும் குடும்பக் கூதரைகளின் முகங்கள் பரிச்சயப் பட்டுப் போயிருந்தன.

சிறிது நாட்கள் கழித்து வீட்டுக்குள் நிறைய தடிமாடுகளின் நடமாட்டமும் ஏதேதோ பிரசங்கச் சப்தமும் கேட்ட கொஞ்ச நேரத்தில் என்னுடைய காதுக்குள் மூன்று முறை ஒரு உச்சாடனம் கேட்டது.

"குணகுசேலன்! குணகுசேலன்! குணகுசேலன்!"

எனக்குக் கோபம் வந்துவிட்டது, "செவிக்குள்ள வந்து கூப்பாடு போடுகியே கோம்பப் பெயலே! வெவரமிருக்கா மண்டைல?" என்று கேட்கலாமென்றால் அவர் ஒரு பாஸ்டர் என்பது புரிந்து விட்டது. 'சரி! கொஞ்சம் வளர்ந்த பிறபாடு பார்த்துக் கொள்ளலாம்!' என்று விட்டுவிட்டேன். அது என்னுடைய பெயர் சூட்டு விழாவாம்.

எனக்குக் குணகுசேலன் என்ற பெயரைச் சாத்தியிருந்தார்கள். என்னுடைய தகப்பனார் இருதயராஜ் ஒரு தீவிரமான கமல் ரசிகரானதாலும், அடுத்த ஒன்பது ஆண்டுகளில் கமலஹாசன் நடிப்பில் 'குணா' என்றொரு திரைப்படம் வெளியாகும் என்பதையறியாமலும், நான் என் அம்மாவின் தகப்பனார் ஜாடையில் இருந்ததாலும், முக்கியமாக கமல் அந்தப் படத்தில் பைத்தியமாக நடிப்பார் என்பதும் தெரியாமல் என் அப்பா எனக்கு 'குணா' என்று பெயர் தேர்வு செய்திருந்தார்.

பிறிதொரு ஆண்டுகளுக்குப் பின்பு அதே பெயரில் ரஜினி ஒரு திரைப்படத்தில் நடிப்பார் என்னும் அபாயத்தை அறியாத என்னுடைய அம்மா இருதயமேரி 'குசேலன்' என்னும் பெயரைச் சேர்த்து எனக்கு 'குணகுசேலன்' என்ற நாமத்தை அருளினார்கள். ஆகையால் நான் ஒரு குணசாலியான ஆசாமியாக வளர்ந்தேன்.

என்னுடைய பிறப்பின் முதல்நாள் தொட்டு பத்துவயது வரையிலும் முதல் பெண்ணான அம்மா துவங்கி இரண்டாவது பெண்டிர்களான கலா சிஸ்டர், கிரிஜா சிஸ்டர் என்று அந்த எண்ணிக்கை அதிகரித்துக் கொண்டே போனது. எல்.கே.ஜியில் நிர்மலா மிஸ், யு.கே.ஜியில் எல்டா மிஸ், ஒண்ணாம் வகுப்பில் சரோஜா டீச்சர், இரண்டாம் வகுப்பில் சாரதா டீச்சர் என்று ஏகப்பட்ட காதல்கள் எனக்கு மலர்ந்த வண்ணமிருந்தன. அப்போதே என்னால் யாரையும் எளிதில் கடந்து போக முடியாத சூழல் இருந்தது. ஏனென்றால் ஒவ்வொரு பெண்களுக்கும் ஒவ்வொரு மணம்.

புடவையோடு பால் வாசம் வந்தால் அம்மா! மருந்தோடு கூடிய ஆஸ்பத்திரி வாசம் வந்தால் கலா சிஸ்டர் மற்றும் கிரிஜா சிஸ்டர்! பாண்ட்ஸ் பவுடர் மணம் வந்தால் நிர்மலா மிஸ்! மல்லிகைப் பூ வாசம் வந்தால் எல்டா மிஸ்! திருநீறு வாசனை வந்தால் சரோஜா டீச்சர்! ப்ரூட் பெர்ஃப்யூம் மணம் வந்தால் சாரதா டீச்சர்! என்று ஒவ்வொருவரும் ஒவ்வொரு நறுமணங்களாகவே இருந்தார்கள்.

பெண்களை ஏன் பெயர்களைச் சொல்லிப் பிரிக்க வேண்டும்? ஒவ்வொன்றும் ஒவ்வொரு உயிர்ப்புள்ள நறுமணங்களாகவே இருந்துவிட்டுப் போகட்டுமே! அதற்கு என்ன குறைச்சல்?

அத்தியாயம் 2

உலக்கையின் மயக்கம்

1992. அப்போது எனக்கு பத்து வயது. பொதுவாக ஆண்கள் என்றாலே அலவரையன்கள் (ஸ்த்ரீ லோலன்கள்) என்று நிறைய பேர் எண்ணிக் கொண்டிருப்பார்கள். "கரண்டு கம்பத்தில் சேலையைக் கொண்டு போய்க் காயப் போட்டாலும் கம்பத்தின் மீதேறி தூக்கிப் பார்ப்பார்கள்" என்றொரு அவப்பெயர் இந்த ஆண் அவதாரத்துக்கு உண்டு. ஆனால் அது உண்மையில்லை.

"ஆண்கள் என்றாலே அதியற்புதர்கள்" என்ற விஷயத்தை ஒருமுறை என் அப்பா என்னிடம் சொல்லிக் கொண்டிருந்தபோது ஒரு உலக்கை வந்து அவரது தலையில் வீழ்ந்து அவரைச் சொப்பனத்தில் ஆழ்த்தியது.

மாவு இடிக்கும்போது கால் தடுமாறியதில் கைதவறி உலக்கையைத் தலையில் போட்டுவிட்டதாக அப்பாவுக்கு மயக்கம் தெளிந்த மூன்றாம் நாளில் அம்மா அவரிடம் சொல்லி அழுதாள். அப்பாவுக்கு 'இவள் ஏன் அழுகிறாள்?' என்ற குழப்பம் எழுந்தது. ஆனாலும் "இத்தனை நாட்களும் ஆவியையும் சீவனையும் வாங்கிய மூதேவி இன்றைக்காவது அழுகிறதே!" என்று அவள் போக்கில் அழவிட்டாரோ என்னவோ அப்பா அமைதியாக இருந்தார்.

அந்த 'ஆண்கள் அதியற்புதர்கள்' என்னும் கதையாடலும், அதன்பின்னான உலக்கையடியும் அப்பாவுக்கு மறந்து போயிருக்கிறது. தாம் மூன்று நாட்கள் அவர் ஆழ்நிலை தியானத்தில் இருந்தது தனக்குத் தெரியாமல் காலண்டரையே கண்கள் கதறப் பார்த்துக் கொண்டிருந்தார். அவரது அலுவலகத்தில் இருந்து மூன்று நாட்கள் பணிக்கு வராதது தொடர்பாக ஃபோன் வந்தது. அம்மா அதைக் கைப்பற்றி "அப்பா மூன்று நாட்களுக்கு முன்பாக கிணற்றில் விழுந்ததாகவும், துரதிர்ஷ்டவசமாக சாகவில்லை" என்றும் தெரிவித்தாள்.

அப்பா கட்டிலில் கிடத்தப் பட்டிருந்தார். நான் அப்பாவின் அருகில் உட்கார்ந்து பூந்தளிர் படித்துக் கொண்டிருந்தேன். அவர் என்னிடம் மெதுவாகக் கேட்டார், "ஒங்கம்ம யாரு கூடடே பேசிட்டிருக்கா?"

நான், "ஒங்க ஆஃபீசுலேர்ந்து ஃபோன் வந்துருக்கு! அந்த ஜே.ஈ மண்டையன் கூப்டுருக்கான்!"

"ஜே.ஈ யா? யார்லே அது?"

நான் திகைத்துப் போனேன், "எப்பா! ஜே.ஈ'ன்னா ஜாயிண்ட் இஞ்சினியரு?"

"அவேன் என்ன மயித்துக்குடே ஒங்கம்மைக்கி ஃபோன் பண்ணுகான்?"

"வேலைக்கிப் போவலைன்னா ஃபோன் பண்ணாத்தாஞ் செய்வாங்க?"

"வேலையா? என்ன வேலை?"

'சுத்தம்! வெளங்கியாச்சி! மண்டைல அடிபட்டதுல ஓர்ம போயிட்டு! நம்மளையாச்சும் நியாபகம் இருக்கான்னு செக் பண்ணலாம்!' என்ற எண்ணத்தில் நான் அவரிடம் லேசாக, "எப்பா! நா யாருன்னு தெரியிதா உங்களுக்கு?" என்றேன்.

அவரது முகத்தில் ஒரு சிறிய அயர்ச்சி. ஒரு பெருமூச்சோடே கூட சொன்னார்,

"வாழ்க்கையில நாஞ்செஞ்ச மிகப்பெரிய கோட்டிக்காரத்தனங்கள்ள நீயும் ஒண்ணு! ஒன்னிய மறப்பனாடே? அன்னைக்கி ராத்திரி மட்டும் நா செக்கண்ட் ஷோவுக்குப் போயிருந்தம்னா இன்னிக்கி நா அனுபவிக்கிய பாடுகள்'ல ஒண்ணு கொறஞ்சிருக்கும்!"

ஒரே வாக்கியத்தில் ஒரு மிகப்பெரிய வாழ்வியல் பிழையையும், ஒரு பெரும் சோக வாக்குமூலத்தையும் ஏறெடுத்த ஒரு வரலாற்றுத் தந்தையை இந்தப் புவி அன்று கண்டது. அவர் சொன்னது உண்மைதான். இருதயராஜ் என்ற பெயர் கொண்ட அந்த எளியமனிதருக்கு இருதயமே இல்லாத இருதயமேரி வாழ்க்கைத் துணையாக அமைந்ததில் எங்கோ ஒரு தவறு நிகழ்ந்திருக்கிறது.

என் தாத்தாவும் பாட்டியும் சேர்ந்து அப்பாவுக்கு இந்தப் பெயரை வைத்ததோடு நில்லாமல் அவரது வாழ்க்கையில் என் அம்மாவைக்

கோர்த்துவிட்டதில் இருந்தே என் அப்பா தன்னுடைய இளம் வயதில் காட்டிக் கூட்டிய காவடித்தனங்களில் குறைச்சல் இருந்திருக்காது என்றே தோன்றும். ஒருமுறை என் மாமன் பிலிப்பு என்னிடம்,

"ஒங்கப்பா? பிராயத்துல லேசுப்பட்ட ஆளெல்லாங் கெடையாது கேட்டியா மோன? ஹிப்பி ஸ்டைல் முடியும், மயில் றெக்கை காலரு வச்ச சட்டையும், தெரு கூட்டுதா மாதிரி பெல் பாட்டம் பேண்டும் போட்டுகிட்டு வெளில எறங்கி நடந்தாருன்னா ஊர்ல உள்ள பிள்ளையளு பின்னால கெடந்து கெறங்கும்! ஒங்க ஐய்யனும் ஒண்ணையும் வுட மாட்டாரு! ஆளு பெரிய கோழியாங்கும்!"

"கோழியா? அப்புடின்னா என்ன மாமா?"

"அது ஒனக்கு இப்ப புரியாது மருமோன! நீயும் ஒனக்கப் பிராயத்துல அப்டிதான் லாந்துவ! ஒனக்க தோரணைக்கி ஒங்க அப்பன வுட பிள்ளையளு கூட்டம் ஒன்னைய மொய்க்கும் கேட்டியா?"

எனக்கு அப்போதும் ஒன்றும் புரியவில்லை. இப்போது புரிகிறது. ஒரே ஒரு செக்கண்ட் ஷோவில் பார்த்திராத படம் ஒன்று என் உருவத்தில் அப்பாவைப் பாடம் செய்து சுவற்றில் மாட்டியிருக்கிறது. நான் அம்புலிமாமாவை எடுத்துப் புரட்டிக் கொண்டிருந்தேன். திடீரென அப்பா என்னிடம்,

"இது என்னதுடே மக்களே?"

எனக்கு ஆச்சரியம் கலந்த அதிர்ச்சி. ஏனென்றால் அவரது கையில் இருந்தது ஒரு பாக்கெட் கோல்ட் ஃப்ளேக் கிங்ஸ் சிகரெட்டும், ஒரு லைட்டரும்... 'ஒரு நாளைக்கு ரெண்டு பாக்கெட் சிகரெட் தின்னும் ஒரு புகையிலை உண்ணிக்கா அவரது நிக்கோடின் கலந்த உயிர் மூச்சு மறந்து போனது?' நான் அவரது கையில் இருந்து அதை வாங்கிக் கொண்டு போய் அம்மாவிடம் தந்து,

"எம்மா! அப்பா இது என்னதுன்னு என்கிட்ட கேக்காரும்மா!" என்றேன். அம்மாவுக்கும் வியப்பு, "என்னடே சொல்லுக? சிகுரெட்டையா மறந்துருக்காரு? பாத்தியா! அடி செய்ய ஒதவிய அண்ணந்தம்பி கூட செய்ய மாட்டானுவ?"

என்றவாறே தான் உலக்கையால் அவரை அடித்ததை ஒரு அறமாக நிறுவ முயன்றாள். நான் அவளிடம், "ஆமாம்மா! இது என்ன சாதனம்'னு என்கிட்டதான் கேட்டாரு!"

அம்மா, “வேற என்னவெல்லாங் கேட்டாரு?”

“அவருக்கு ஒன்னையும் என்னையுந் தவுத்து வேற ஏதும் ஓர்மையில்லைன்னு நெனைக்கேன்! அவுருக்கு யாரையெல்லாம் புடிக்காதோ அந்த மனுசம்மாறுவள மாத்திரம் ஓர்மைல வச்சிருக்காரு! நேசிக்கப் பட்ட ஆளுகளையெல்லாம் மறந்துட்டு!”

“மூணு நாளு கெடப்புல கெடந்தாருலா? அந்த ப்ரம்மையா இருக்கும்? சாத்தான் என்னக்கி சக்களத்தி சகவாசத்த வேண்டாம்னு சொல்லிச்சி? பழைய குருடி கதவத் தொறடி’ன்னு மறுபடியும் இதையெல்லா வாயில தூக்கிப் பத்த வச்சலைன்னி வையாம்? நா எனக்கத் தவப்பனுக்குப் பொறக்கலைன்னு நெனச்சிக்கா! வேணும்னா பாரு? சரி அவர எங்க?”

“கட்டில்ல படுத்துருக்காரு மா.”

“ங்கொப்பனுக்கு என்ன படுத்த படுக்கையா உச்சக் கெடையில கெடக்கோம்னு நெனப்பா? நீ போயி அவுர எழுப்பி வுடுலே! ஜே.ஈ கூப்டு கேக்காம்! சார் வேலைக்கி வரலியா’ன்னு இவுரு போனாத்தான் அவ்ளோ பேர்த்துக்கும் கையெழுத்துப் போட்டு சம்பளம் குடுக்க முடியும்! எழும்பி குளிச்சிட்டு ஆபீசுக்கு போவச் சொல்லு! நா காப்பி எடுத்து வைக்கேன்!”

அப்பா ஒருவகையில் பாவம்தான். பொதுப்பணித்துறையில் எக்சிகியுடிவ் எஞ்சினியராக இருந்தார். நல்ல சம்பளம், அரசு வாகனம், மரியாதை என்றெல்லாம் வகை தொகையில்லாமல் அனுபவிப்பார்தான் என்றாலும் வீட்டில் அவர் படும்பாடுகள் அனைத்தும் இயேசுகிறிஸ்துவின் சிலுவைப் பாடுகளுக்கு ஒப்பானவை. அப்பா எழுந்து குளிக்கப் போனவர் அம்மாவிடம் வந்து,

“எட்டீ கீதா! அந்த டவ்வல எடுத்து வைக்க மாட்டியா?”

“என்னது கீதாவா? யாருவே அவ?”

அப்பா அம்மாவைக் கொஞ்சமும் சட்டை செய்யாமல் ஏதோவொன்றைக் குறிவைத்து நடக்கத் துவங்கினார். அதுதான் “டாலிஸ்கர் ஸ்கை” விஸ்கி குப்பி. இதுவும் அம்மாவின் ஏற்பாடுதான். அவர் புகையோடு சேர்த்து குடியையும் மறந்திருக்கிறாரா என்று செக் செய்ய ஏற்பாடு. அரிசிச் சாக்கில் அப்பா ஒளித்து வைத்திருந்த அந்தக் குப்பியை எடுத்து சமையல் மேடையில் வைத்திருந்தாள்.

டவ்வல் கேட்டு வந்த பூனை அதை மோப்பம் பிடித்துப் போய்க் கொண்டிருந்தது.

“இது என்னதுட்டீ குப்பி? பாக்கவே ரெசமா இருக்கி?”

என்று சொல்லியவாறே எடுத்து மோந்து பார்த்தவர் ஓங்கரித்தார்,

“உவ்வாக்! இது என்ன எழவுடே இப்புடி நாறுகு? ச்சைக்!”

அம்மா நக்கலாகச் சிரித்துக் கொண்டே, “இதாம் ஆலிவ் எண்ண! சமையலுக்கு எடுத்து வச்சிருக்கேன்! வேணும்னா கொஞ்சோல எடுத்து நக்கிப் பாரும்!”

“எனக்கு வேண்டாம்ளா! செவம் நாத்தம் நெஞ்சி வரைக்கும்லா ஏறுகு?”

“அப்போ அத எடுத்த எடத்துல வச்சிட்டுப் போயி குளியும்! டவ்வலு அந்தா அசையில கெடக்கது கண்ணுக்கு வெளங்கலியா!”

வழக்கமாக அவர்தான் டவ்வலை எடுத்துக் கொண்டு குளிக்கப் போவார். அன்றைக்கு என்ன விந்தையோ? அம்மாவிடம் டவ்வல் கேட்கிறார். சமையலறையிலிருந்து அப்பா கிளம்பவும் அம்மா அவரிடம்,

“ஆமா குளிக்கப் போவும்போ ஏதோ கீதான்னு ஒரு சத்தம் கேட்டுலா? யாருவே அது?”

“ஆங் அது சுதாவுக்க தங்கச்சி!”

‘அடி சக்க... சம்திங் வாஸ் ஹேப்பண்ட்! சம்திங் வில் ஹேப்பன்!’ எனக்கோ வியப்பின் உச்சம். அப்பா எப்போதுமே அம்மாவை இவ்வளவு அசால்ட்டாக ஹேண்டில் செய்ததில்லை. அப்பா பேசின பேச்சுக்கெல்லாம் இன்னேரத்துக்கு கொலை கூட விழுந்துருக்கலாம். அம்மா ஒன்றும் பேசாமல் கல்போல நின்று கொண்டிருந்தாள்.

“ஒங்கையய்யனுக்க பவுச பாத்தியா? எல்லாத்தையும் மறந்தது போல நடிச்சிக்கிட்டு எனக்கே வேப்பிலை அடிக்கப் பாக்கானோ? திருவி வுட்டுருவெம் பாத்துக்கா! சொல்லி வையி!”

“வுடும்மா... செவம் சித்தங் கலங்கியிருக்குல்லா! அப்டித்தானிருக்கும்!”

“அப்போ எல்லாமே மறந்துருக்குமா?”

“ஆமா! ரொம்ப நேசிச்ச ஆட்கள், புடிச்ச காரியங்களெல்லாம் மறந்து போயிருக்கும்னு மொதல்லயே சொன்னம்லா?”

அம்மா என்னையவே கூர்ந்து பார்த்தாள். நான் கக்கூசுக்குள் புகுந்து விட்டேன். அம்மாவும் பாவம்தான். கல்லூரிக்கெல்லாம் சென்று படித்திருந்தாலும்கூட அவளது அதிகப்படியான புலமைகளால் அவளுக்கு அரசு வேலை கிடைக்கவில்லை. நாம் சொல்லும் வில்லங்கங்களை எல்லாம் விளையாட்டாகவும், விளையாட்டையெல்லாம் வில்லங்கங்களாகவும் எடுத்துக்கொள்ளும் *living Vice Versa* அவள்.

வீட்டின் வெளியே ஜீப் சப்தமும், அதைத் தொடர்ந்து ஹாரன் சப்தமும் கேட்டதும் நான் வெளியே போய்ப் பார்த்தேன். ஜீப் டிரைவர் கணேசன் மாமா என்னைப் பார்த்து கையசைத்தார். அப்பா பாத்ரூமுக்குள்ளிருந்து குரல் கொடுத்தார்,

“எட்டீ பிரேமா! வெளிய எவம்ளா அது ப்பீ ப்பீ ப்பீன்னு கெடந்து விளிச்சி கூவியது? என்னான்னு எட்டிப் பாராம்ளா? செவங்களே ஒங்களயெல்லாம் வச்சிக்கிட்டு கக்கூசுக்குக் கூட போவ முடியாது! எட்டீ... எடியேய் பிரேமா!”

அம்மா ஆப்பக்கணையைக் கையிலெடுத்துக் கொண்டு போனாள், “பிரேமாவா? எவ ஓய் அது சில்லாட்ட முண்ட? இன்னிக்கி இந்த மனியன மண்டைய பொளக்கனா இல்லியான்னு பாக்கேன்?”

நான் ஓடிப்போய் அவளைத் தடுத்தேன். “எம்மோ மறுவுடியும் அவர அடிச்சன்னா அவுருக்கு ஓர்ம வந்துரும்! சிகரெட்ட எடுத்துப் பத்த வச்சிருவாரு பாத்துக்கா! கொஞ்ச நாளு இப்புடியே ஓடட்டும்!”

“எட்டீ அமுதவல்லீ.... வாயாம்ளா! செத்தோல குறுக்க தேச்சிவுடு! எழவுல கையும் எட்ட மாட்டங்கி!”

மீண்டும் அப்பாவின் குரல் கேட்டது. அப்பா சிக்சராக அடித்து ஆடிக் கொண்டிருந்தார். அம்மா செய்வதறியாது நின்று கொண்டிருந்தாள். நான் ஒரு பெரும் சிரிப்போடு ஜீப்புக்குப் பக்கத்தில் போய் நின்றேன். கொஞ்ச நேரத்தில் அப்பா கிளம்பி ரெடியாகி வேட்டி, சட்டையோடு வரவே நான் குழம்பிப் போய் அவரையே பார்த்துக் கொண்டிருந்தேன். சாதாரணமாகக் கடைக்குப் போனாலே இன் ஷர்ட் பண்ணி ஷூ போட்டுக் கொண்டு போகும் இவரா ஆஃபீசுக்கு இந்த டிரெஸ்ஸில் போகிறார்? டிரைவர் கணேசன் மாமாவுக்கும் குழப்பம். சடாரென வண்டியை

விட்டிறங்கி "குட் மார்னிங் சார்" என்று வணக்கம் வைத்து ஜீப்பின் அந்தப் பக்கம் சென்று கதவைத் திறந்து கொடுத்தார்.

அப்பா கணேசனிடம் குழப்பமான முகத்தோடு, "யாரு சார் நீங்க? எதுக்கு ஒங்க வண்டி கதவத் தொறக்கிதீய?"

கணேசன் மாமா அப்பாவிடம், "ஆஃபீசுக்குப் போவணும்லா சார்?"

"ஆஃபீசுக்கு போவணும்னா நீங்க போங்க சார்! என்னைய எதுக்கு கூப்புடுகிய?"

"சார்! நீங்க எங்க ஈ.ஈ!"

"இப்போ எதுக்கு ஈ'ன்னு பல்ல காட்டுகிய?"

கணேசன் மாமா கடந்தைக் கூட்டுக்குள் தலையை விட்ட நிலையில் நின்று கொண்டிருந்தார். அப்பா மறுபடியும் அவரிடம்,

"ஒங்க வண்டிய எடுத்து எனக்க வீட்டு முன்னுக்க கொண்டாந்து அடச்சி வுட்டுருக்கியோ? பாக்க கவர்மண்டு வண்டி மாதிரி இரிக்கி?"

"சார் இது ஒங்க வண்டிதான் சார்! நீங்கதான் சார் பீ.டபிள்யூ.டி இஞ்சினியரு?"

கணேசன் மாமா கிட்டத் தட்ட அழாத குறையாக நின்றிருந்தார். அம்மா ஓடிவந்து அப்பாவிடம் ஆபீஸ் பையைக் கொடுத்துவிட்டு, "இதென்ன கோலம் ஓய் சாமியாரு கணக்கா? ஆஃபீசுக்குப் போற லெச்சணமா இது?"

பின்பக்கமிருந்து ஒரு வெடிச் சிரிப்பு கேட்டது, ஜோசஃபின் சித்தி நின்று கொண்டிருந்தாள். அப்பா சித்தியையே கூர்ந்து பார்க்க அம்மா கோபமடைந்தாள்.

அம்மா சித்தியை முறைக்க சித்தி அம்மாவிடம், "எக்கா! அத்தான் எங்க போறாரு? நெத்தியில கொஞ்சோல பட்டையடிச்சி! கையில ஒரு வெத்தலப் பெட்டியையும் குடுத்து வுடு! சுசீந்திரங் கோயில்ல பாடுக பாகவதரு மாதிரி இருக்கும் ?"

இதைக்கேட்ட அப்பா அம்மாவிடம், "எட்டீ கார்த்திகா? யாருட்டி இந்த கூதற? செறுக்கியுள்ள... காலங்காத்தாலயே காக்கா கணக்கா வீட்டு முன்னால வந்து நின்னுக்கிட்டு கூவுகது? செவத்துக்க மோறையப் பாத்தியா? செங்கல் லாரி மாதிரி?"

அம்மா கடுப்பானாள், "கார்த்திகாவா? யாரு ஓய் அது?"

"சத்தியாவுக்க அக்கா!" என்று அந்தஸ்தாக சொல்லிவிட்டு நடக்க முயற்சித்தார். கணேசன் மாமா ஒன்றும் புரியாமல் திருதிருவென விழித்துக் கொண்டே நிற்க, சித்திக்கு வியப்பு. 'என்னாச்சி இந்த மனுசனுக்கு? மெண்டலாயிட்டானா?'

அம்மா ஓடிப்போய் அப்பாவின் கைகளைப் பிடித்து இழுத்து வந்து வண்டியில் ஏற்றி கணேசன் மாமாவிடம், "எண்ணே! அன்னிக்கி கெணத்துல வுழுந்தாருன்னு சொன்னம்லா? அன்னிலேர்ந்து இப்புடித்தான்! கீழ வீடுன்னு சொன்னா கெழவி வீடுன்னு சொல்லிக்கிட்டுத் திரியாரு! கொஞ்சம் பாத்து பத்தரமா கூட்டிக்கிட்டு போங்க! வழியில பேச்சுக் கொடுக்காதீங்க!"

அப்பா கோபமானார், "எவம்டீ கெணத்துல வுழுந்தான்? ஒலக்க...?"

அம்மா அவரது வாயை இறுக மூடினாள். அப்பா வலுக்கட்டாயமாக அவளது கையை விடுவித்து,

"ஒலக்க மாதிரி இருக்காம்லா ஒனக்க அப்பன் மரியதாசு? அவனத் தூக்கிக் கெணத்துல வீசுங்கட்டீயளா! நா என்ன மயித்துக்குக் கெணத்துல சாடணும்?"

அம்மாவுக்கு அப்பா பட்ட உலக்கையடி குறித்து தகவல் வெளிவராதது குறித்த சமாதானம் எழுந்தாலும் கூட அவளது அப்பாவின் பெயர் 'குருசு மரியான்'. அப்போ மரியதாஸ் யாரென்று பார்த்தால் அப்பாவின் முன்னாள் காதலியான பிலோமினாவின் தகப்பன். அம்மா சோர்ந்து போனாள். சித்தி வந்து அம்மாவின் கைகளைப் பற்றிக் கொண்டு,

"எல்லாருஞ் சேந்துகிட்டு என்ன அங்கிலியக் கூத்தா நடத்துகிய? என்னக்கோவ் நடக்கு இங்க?"

அப்பா இடைப்பட்டார், "மகாபாரதம் நடக்கு? பாஞ்சாலி வேசம் போடுகதுக்கு ஆளில்ல! வாரியாம்மோ? மூஞ்ச பாத்தேளாய்யா? கவட்டக் கம்பு மாதிரி? போவியா அந்தால?"

சித்திக்கு அழுகையே வந்து விட்டது. இறுதியில் கணேசன் மாமா நிலைமையைக் கட்டுக்குள் கொண்டு வந்து அப்பாவின் அலுவலகப் புகைப்படங்கள் அடங்கிய கோப்பு ஒன்றைக் காட்டி அவரைச் சமாதானப் படுத்தி பேண்ட் சட்டை அணிவித்து அலுவலகத்திற்குக் கூட்டிப் போனார்.

நான் அம்மாவிடம், "எம்மா! அப்பாவுக்கு சித்தி மேல எவ்ளோ அன்பு பாத்தியா? சித்திய அவருக்கு மறந்துருக்கு?"

அம்மா கடுப்பானாள், "எப்டில சொல்லுக செவத்து மூதி?"

"நாந்தாஞ் சொன்னம்லா? ரொம்பப் பிரியமானவங்கள நியாவகம் இருக்காது மறந்துரும்னு?"

"ஆனா வெசம்டே நீ! ஒனக்கெல்லா எங்கையால சோறு போடுகம்லா? பேசத்தாஞ் செய்யிவ? ஒங்கப்பன மாதிரியே வளந்தேன்னா பெத்த புள்ளைன்னு பாக்க மாட்டேன்! சோத்துல வெசம் வச்சிருவெம் பாத்துக்கா!"

சித்திக்கு சிரிப்பையும் வெட்கத்தையும் அடக்க முடியவில்லை. அம்மா சித்தியிடம்,

"என்னட்டி கெடந்து கொணட்டிக்கிட்டு இளிக்கிய? இனி இந்த வூட்டுப் பக்கம் வரப்புடாது பாத்துக்கா! எனக்க மாப்புளகிட்ட ஒனக்கென்னளா சாகவாச மயிரு? பல்லப் பல்ல காட்டுக?"

சித்திக்குக் கோபம் வந்து விட்டது, "ஆமா ஓம்மாப்புளை பெரிய கமலஹாசம்லா? பல்லக் காட்டுகதுக்கு? போட்டீ அந்தால! வந்துட்டா ஏழு மொழத்துல நீட்டிக்கிட்டு...! ஒரு மொண்ணக் கத்திய வச்சிக்கிட்டு ஒனக்கு நாக்கும் ஒரு கேடு?"

என்று சொல்ல அம்மாவுக்கும் சித்திக்கும் சண்டை நீடிக்கவே எனக்கு ஸ்கூல் வேன் வந்தது. நான் பள்ளிக்குக் கிளம்பிப் போனேன்.

அலுவலகத்துக்குப் போகும் வழியில் அப்பா கணேசன் மாமாவிடம் "பி.டபிள்யூ.டி'னா என்ன அர்த்தம்?" என்று கேட்டு கணேசன் மாமா தற்கொலைக்கு முயன்ற சம்பவம் அன்று மாலையில் வீடு வந்து சேர்ந்தது. ஆகையால் மறதி என்பதும், நினைவுத் தடுமாற்றம் என்பதெல்லாம் லேசான காரியமல்ல!

அதனைத் தொடர்ந்து அப்பா என் அம்மாவை 'பிலோமி, சுலோச்சனா, கீதா, காவியா, ரோஸ்மேரி, கோமதி' என்று பலவிதமான பெயர்களைச் சொல்லி அழைக்கவே ஒவ்வொரு பெயராக, கூப்பிட்ட தேதி வாரியாகக் காலண்டரில் குறித்து வைத்தாள் அம்மா.

இந்தக் கணக்கெடுப்பின் அடிப்படையில் அப்பாவுக்கு மட்டுமே சுமார் அறுநூற்றுப் பத்து காதலிகள் இருந்த விவரம் சேகரிக்கப்பட்டு

ஒரு மழைநாளில் மீண்டும் அப்பா அம்மாவின் கையிலிருந்து ஆப்பக் கணையால் மண்டையில் அடிவாங்கி, சித்தம் தெளிந்து மீண்டும் அம்மாவை 'இருதயமேரி' என்று ஒரிஜினல் பெயர் சொல்லி அழைக்கத் துவங்கினார்.

இதோ இருபத்தொன்பது வருடங்கள் ஆகிறது. அன்றிலிருந்து இன்றுவரைக்கும் சிகரெட்டையும், விஸ்கியையும் அப்பா தன்னுடைய கையால் தொடவேயில்லை. மாறாக நான் கையில் எடுத்திருந்தேன். ஏனென்றால் காதல்.

அவள்தான் "ஜாப் மார்சியா"

"விஸ்கி என்ன விஸ்கி? மார்சியாவே ஒரு ஐம்பது லிட்டர் நடமாடும் விஸ்கிக் குப்பிதான்! அவளது கண்களைக் கண்டால் எனக்கு ஒரு யுகமே போதையில் கழிந்து போகும்!"

அத்தியாயம் 3

மார்சியா ஒரு ஜீவனுள்ள விஸ்கி

2019, இன்றைய நாள்.

இதோ எல்லாம் மறந்து பைக்கிலிருந்து கீழே விழுந்து, 'எங்கு போகிறோம்' என்பதே தெரியாமல் வடசேரி மீன் சந்தைக்கு முன்பாக நிற்பதற்கும் அவள்தான் காரணம். அவள் எனக்குத் தராத போதையில், அவளுக்காக, அவளின் நினைவுகள் எழுவதைத் தவிர்க்க முடியாத கவலையில் மீன் கடைக்கு வரும் வழியில் ஒரு குவாட்டரை வாங்கிச் சாத்தி விட்டு போதையில் பைக்கோடு போய் ஓடையில் குதித்து எழுந்து, கைகால்களில் ஒத்தல் வாங்கி அடி பைப்பில் குளித்து விட்டு மீன் கடைக்குச் சென்று அங்குள்ள மீன்களைத் திருடி மீன்காரக் கிழவியிடம் மானங்கெட்ட கேள்விகளை வாங்கிவிட்டு ரோட்டில் நிற்கிறேன்.

நானொன்றும் அத்தனைப் பெரிய குடிகாரனுமல்ல! அப்புறம் எதற்கு இந்தப் பகல் குடி? சாக்கடை வீழ்ச்சி? பைக் தொலைப்பு? மீன் களவு? நடுச்சாலை ஆக்கிரமணம்? ஆம்! நாளொரு கட்டிப்புடியும், பொழுதொரு முத்தமுமாக நான் உருகி உருக்கிக் காதலித்த மார்சியாவுக்கு இன்று திருமணம் நடக்கவிருக்கிறது!

இன்று காலையில் அவளது வீட்டைக் கடந்து வரும் வழியில் உள்ள சர்ச் ஒன்றின் எதிரிலிருந்த மண்டபத்தில் அவளது ஃபோட்டோவையும் இன்னொரு மோணையனின் ஃபோட்டோவையும் போட்டு ஃப்ளெக்ஸ் வைத்திருந்தார்கள். எனக்கு அத்தனை அசூயையாய் இருந்தது.

'இதற்காகவா இவளை இத்தனை உருகி உருகிக் காதலித்தேன்? இன்னொரு மண்டைப்பயலின் கையில் ஒப்படைக்கவா என் கைவலிக்கக் காதல் கடிதங்களை எழுதினேன்? உனக்காகக் காத்துக் கிடந்த என்னை விட்டுவிட்டு இப்படிச் செய்துவிட்டாயே?'

ஒரு காதலின் முடிவை மறக்க வேண்டுமானால் இன்னொரு காதலை ஏறெடுக்க வேண்டும்! அந்த விதியினடிப்படையில் நான் ஜாப் மார்சியாவின் காதலை மறக்க ஹென்னாவின் காதலை ஏற்றுக் கொண்டேன்! அந்தக் காதலும் தோல்வியில் முடிந்தது.

ஆம்! நான் இப்போது ஹென்னாவின் காதலனில்லை! அவளது கணவன்! எங்களுக்குத் திருமணம் முடிந்து இரண்டு பிள்ளைகள் இருக்கிறார்கள். மூத்தவன் இவான் குரூஸ் (இருதயராஜ் + குருசு இருதயமேரி) ஏழு வயது, இளையவள் எலிசா ரோஸ் (எலியம்மாள் + ரோஸ்பர்ட்) வயது நான்கு. நான் திருமணம் செய்து ஏழு ஆண்டுகள் கழித்து இன்றுதான் மார்சியா திருமணம் செய்யவிருக்கிறாள். எனக்கு மனம் கசந்தது.

'இப்புடி செஞ்சிட்டாளே பாதகத்தி?'

என்னுடைய மொபைல் ஃபோன் அடித்தது. 'ஹென்னா தி ஹெல் காலிங்...!'

'இந்த நரிமண்டச்சி இப்ப எதுக்குக் கூப்டுகாளோ இறைவா?'

எனக்குத் தலைசுற்றியது. அட்டெண்ட் பண்ணலாமா? வேண்டாமா? பண்ணினாலும் குழப்பம்! இல்லையென்றாலும் குழப்பம்! இந்த மனைவிகளே இப்படித்தான்! கல்யாணம் ஆகின்ற வரைக்கும் அவர்கள் அதிகாரம் பண்ண அப்பன் என்றொருவன் இருப்பான்! ஆனபின் அடிமைகளின் எண்ணிக்கை இரண்டாகக் கூடிவிடும்! ஒன்று கணவன்! இன்னொன்று மாமியார்! செவங்கள்! அட்டெண்ட் செய்தேன்! வேறு வழி?

"ஹலோ! சொல்லு ஹென்னுக் குட்டி!"

"மயிரு! மீனு வாண்டிட்டு வாரம்னு ஆட்டிக்கிட்டு போன? எங்க கெடக்க நாய?"

"மக்ளே! இந்தா வந்துட்டங் கேட்டியா? சந்தைல மூனு ஒண்ணுஞ் செரியில்ல! ஒரே சப்புனதுஞ் சடஞ்சதுமா சாளயிம் சூறையுமா கெடக்கு! நாம்போயி கடியப் பட்டணத்துல வல்லதுஞ் சிக்குகான்னு பாக்கட்டும்! கரமடியில புடிச்ச மூனுவளு நெல்ல ருசியா இரிக்கிம்ட்டி?"

"என்னது மூனா?"

"ஆமா தமிழ்ல ஃபிஷ்ஷு!"

“குடிச்சிரிக்கியா நாய?”

“எம்மோ! நாங் குடிப்பனா மக்களே? நமக்கு அந்த நாத்தமே ஆவாதுல்லா?”

“பின்ன மீன மூனுன்னு சொல்லுக?”

“நா ஒரு பாசத்துல சொல்லிட்டம்மோ? எழுத்துல ஒரு சுழிதானே பெசகிருக்கு? இதுக்கெல்லாமா கிளி துண்டெடுக்கும்?”

“நேரங்காலத்த வந்து சேரு! செருப்பு பிஞ்சிறாம?” என்றவாறே ஃபோனைக் கட் செய்தாள்.

“போட்டீ மயிறாண்டி! எனக்க கெண்டக்காலு ரோமத்தக் கூட ஒன்னால நாட்ட முடியாது பாத்துக்கா! செருப்பு பிஞ்சிருமாமே? யாம்னா கொம்மைல்லா குடுத்து வுட்டா செருப்பு மயித்த? மருமோனுக்கு செருப்பு இந்தா இரிக்கி வச்சிக்கான்னு? தூ மானங் கெட்ட குடும்பம்!’ என்று வாய் திறந்தே மனதுக்குள் சொல்லி விட்டேன். நானாவது பயப்படுகதாவது?

திடீரென ‘ஃபோன் கட் ஆகிவிட்டதா?’ என்ற கலக்கம் வரவும் போனைப் பார்த்தேன். நல்ல வேளையாகக் கட் ஆகிவிட்டிருந்தது. ஆனாலும் எனக்குப் பயம் என்ற ஒன்று புற்களைப் போன்றது. வாள்முனை வேண்டுமானால் கூர்மையாக இருக்கலாம்! ஆனால் போர்முனை மழுக்கையாகவே இருக்கும்!

செருப்பு என்றதும்தான் காலைப் பார்த்தேன். செருப்புகள் தொலைந்திருந்தன. காதலும் செருப்பும் ஒன்றுதான்! காலுக்குத் தேவையுள்ள நேரங்களில் கை கொடுக்காது! செவம் செத்தொழியட்டும்!

வானம் இருண்டது. மழை வருமாயிருக்கும்! எந்த நாய் வந்தால் எனக்கென்ன? மனம் துச்சப் பட்டிருந்தது. இந்த மனதுக்கு மானமும் தானமும் கிடையாது.

நான் எப்படி மார்சியாவைச் சந்தித்தேன்? காலக்குடுவை பின்னோக்கி உருண்டது.

அத்தியாயம் 4

காதலின் ஆதிஊற்று

2008ஆம் ஆண்டு அக்டோபர் மாதம். நான் கல்லூரியில் இரண்டாம் ஆண்டு படித்துக் கொண்டிருந்தேன். தினமும் காலையில் ஒன்பது மணிக்கு வீட்டிலிருந்து கிளம்புவது வழக்கம். அந்த சமயத்தில் மகளிர் கிறிஸ்தவக் கல்லூரி சீருடையில் ஒரு மாணவியும் அவளோடேகூட ஒரு மூன்றாம் வகுப்புச் சிறுமியும் எங்கள் வீட்டைக் கடந்து செல்வார்கள். வெகுசுமாரான முக அமைப்பைக் கொண்ட அவள்தான் பின்பொரு நாள் எனக்குப் பேரழகியாக மாறுவாள் என்பது எனக்குத் தெரியாது. அதுவொரு பேரழிவாக மாறும் என்பது அவளுக்கும் தெரியாது. எங்கள் வீட்டைக் கடக்கும் போதெல்லாம் என்னைக் கடைக்கண்ணால் பார்த்து ஒரு சிரிப்பைச் சிதற விடுவாள்.

அந்தப் புன்னகையைப் பெரிதாகக் கண்டு கொண்டதில்லை யென்றாலும் கூட நான் ஒரு மன்மதனாக இருந்த பட்சத்தில் அதை ஒரு சிறிய வெப்பச் சலனமாகவே கருதிக் கடந்தேன். சாலைகள் என்று இருந்தால் அதில் அழகிகள் உலவுவதுண்டு! மன்மதன்களும் லாத்துவார்கள்! இதிலென்ன பெரும் வியப்பு இருந்துவிடப் போகிறது மானுடர்களே!

ஒரு மழைநாளில் நான் பைக்கை காம்பவுண்டுக்குள்ளிருந்து வெளியில் எடுத்து நிறுத்தி விட்டு, கேட்டைப் பூட்டிக் கொண்டு ரெய்ன்கோட் சகிதம் வண்டியை எடுக்கவும் அவளும் அந்தக் குழந்தையும் குடைபிடித்தபடியே என்னைக் கடந்து சென்றார்கள். அப்போதும் அவள் என்னைக் கண்டு ஒரு அழகான புன்னகையை வீசவும் என் உள்ளம் குளிர்ந்து போனது. நான் அப்படியே வண்டியை எடுத்துக் கொண்டு அவர்களைக் கடந்து சென்றேன். வண்டியை நிறுத்தி அவளைத் திரும்பிப் பார்த்தேன். அவளும் என்னைப் பார்த்தாள். நான் வெட்கத்தில் திரும்பிக் கொண்டேன். மீண்டும் பார்த்தேன். அவள் சிரித்தாள். எனக்கு நாணம் பீறிட்டு

வந்தது. எனக்கெல்லாம் வெட்கம் என்ற ஒன்று வரும் என்பது அப்போதுதான் தெரியும்! மீண்டும் திரும்பிப் பார்த்தேன். அவர்களைக் காணவில்லை.

ஆளும் தெரியாது. பெயரும் தெரியாது. நான் குழம்பிப் போய் நின்றபோது அவள் மாத்திரம் அங்கிருந்த ஒரு பள்ளியை விட்டு வெளியில் வந்தாள். அந்தக் குழந்தை அங்குதான் படிக்கிறது என்று புரிந்தது. குழந்தையை விட்டுவிட்டு கல்லூரிக்குப் போகிறாள் என்பது தெரிந்ததும் நான் கல்லூரிக்குக் கிளம்ப ஆயத்தமானேன். அவள் படித்த கல்லூரியும் நான் படித்த கல்லூரியும் எதிரெதிர் திசைகளில் இருந்தது. அவள் படித்த கல்லூரி நகருக்குள்ளேயே இருந்தது. நான் படித்த கல்லூரியோ நகருக்கு வெளியே மேற்குத் தொடர்ச்சி மலையடிவாரத்தில் ஒரு காட்டுக்குள் இருந்தது. மேலும் தாமதமாகப் போனால் எங்கள் பிரின்சிபால் என்மீது ரத்தத்தைக் கக்கிவிடுவார். ஆகையால் நான் அதிரடியாக என் நோட்டிலிருந்து ஒரு தாளைக் கிழித்து அதில் என் மொபைல் நம்பரை எழுதி, அதைக் கசக்கி அவளது கண்முன்பாகப் போட்டுவிட்டுக் கிளம்பி கல்லூரி நோக்கிப் பயணித்தேன். எடுத்தாளோ என்னவோ? கூச்சம் ஒருபக்கம்! பயம் இன்னொரு பக்கம்! நான் திரும்பியே பார்க்கவில்லை.

நாட்கள் கடந்தன...! அவளைக் காணவில்லை! எனக்கு ஆச்சர்யம்! ஆம்! நான் அவளைத் தேடத் துவங்கியிருந்தேன். அதுவரையிலும் எந்தப் பெண்ணின் மீதும் வராத ஒரு அதிர்வு அவள் மீது வந்திருந்தது. எங்கே போயிருப்பாள்? அந்தத் துண்டுத் தாளை எடுத்துப் பார்த்துவிட்டு எதுவும் தவறாக எண்ணியிருப்பாளோ? என் மனம் கிடந்து அடித்துக் கொண்டது. சே... எத்தனைப் பெரிய தவறைச் செய்துவிட்டேன்?

தூவானத்தில் துவண்டு போகும் தும்பியைப் போன்ற அந்த வசீகரமான புன்னகையை என்னால் இனிமேல் காண முடியாதோ என்ற மிகப்பெரிய சோகம் என்னை வாட்டியது. மனிதர்களின் மனம் குறித்த ஒருவித பயம் எனக்குச் சின்ன வயதிலேயே உண்டு! குறிப்பிட்ட மனிதர்களை மாத்திரம் சினேகிக்கத் தெரியாது! எல்லா மனிதர்களின் மீதும் அன்பு செலுத்த வேண்டுமென்பதுதான் என்னுடைய ஆசை. பார்க்கும் அத்தனைப் பெண்டிர் மீது காதல் கொள்ளும் ஒரு விசித்திரமான ஆசை. அதுவொரு பேராசைதான் என்றாலும்கூட அதுதான் என்னுடைய வாழ்நாளின் லட்சியம்.

நான் உயிரோடு இருக்கும்போது இந்த உலகமே என்னைக் கண்டு சிரிக்க வேண்டும்! நான் சாகும்போது இந்தப் பிரபஞ்சமே எனக்காக அழ வேண்டும் என்பதுதான் என்னுடைய பேராசை. முக்கியமான விஷயம் என்னவென்றால் நானாகப் போய் இதுவரைக்கும் என்னுடைய காதலை எந்தப் பெண்ணிடமும் சொன்னதில்லை! யாராவது என்னிடம் தங்களது காதலைச் சொன்னால் நிராகரித்ததுமில்லை! ஒரு புன்னகையோடு அவர்களைக் கடக்கப் பழகியிருந்தேன். அதற்குக் காரணமும் ஒரு காதல்தான்...

அத்தியாயம் 5

பேசாத வார்த்தைகளும் எஜமானனே!

2001ஆம் ஆண்டு.

ஒரு காலத்தில் நானும் எல்லாரையும் போலவே நெஞ்சை மலத்திக் கொண்டுதான் திரிந்தேன். ஏன் இந்த சகமனிதர்களின் மீது அத்தனை சிரத்தை எடுத்துக் கொள்ளவேண்டும் என்று என்றாவது உங்களுக்குத் தோன்றியிருக்கிறதா? நிராகரித்தலும், நிராகரிக்கப் படுதலும் வாழ்வில் மிகவும் சகஜம்தான் என்றாலும் கூட ஒரு மனிதரை ஏன் அசட்டை செய்ய வேண்டும் என்று என்றாவது உங்களுக்குத் தோன்றியிருக்கிறதா?

நம் மீது அன்பு செலுத்தும் மனிதர்களை ஏன் நாம் விட்டுத் தரவேண்டும்? இல்லையென்றால் ஏன் அவர்களை நாம் இறுகப் பற்றிக் கொள்ள வேண்டியிருக்கிறது? பூனைக் குட்டி அழகாய் இருக்கிறதென்று அதை இறுகக் கட்டிக் கொண்டால் அது செத்துப் போகாதா? நம்மை வெறுப்பவர்களையும் நாம் ஏன் புறந்தள்ள வேண்டும்? மன்னித்தல் அல்லது மன்னிக்கப்படுதல் என்பது மனித வாழ்வில் எத்தனை முக்கியமானது என்பதை என்றாவது நீங்கள் உணர்ந்திருக்கிறீர்களா?

பேசாத ஒரு வார்த்தை, பேசிய ஒரு வார்த்தை, பேசக் கேட்டு சிலாகிக்க வேண்டிய வார்த்தை, பேசக்கூடிய வார்த்தை, பேசக்கூடாத வார்த்தை, பேசாமல் விட்டு விட்ட வார்த்தை இப்படி ஒற்றை வார்த்தைகளுக்காக ஏங்கி நிற்கும் சில ஆத்துமாக்களை என்றாவது கண்டிருக்கிறீர்களா?

அநாதை இல்லங்கள் அல்லது ஆதரவற்ற முதியோர் இல்லங்களில் போய்ப் பார்த்தீர்களானால் அங்கே நிறைய வார்த்தைகளுக்காக ஏங்கும் ஜீவன்களைக் காணலாம். சாப்டியா குழந்தையே? சாப்டீங்களா அம்மா? சாப்டீங்களா பாட்டி? தூங்குனீங்களா

தாத்தா? என்று இப்படி கோடிக்கணக்கான வார்த்தைகளுக்காக மாத்திரம் கையேந்தும் மனங்கள் அங்கே நிறைந்து கிடக்கும்.

மனித வாழ்க்கையில் வார்த்தைகளுக்கான பங்கு அநேகம் என்பதை நீங்கள் துக்கமாக அல்லது மிகுந்த மனச் சோர்வுக் காலங்களில் உணர்ந்திருப்பீர்கள். அப்படியொரு வார்த்தையைச் சொல்ல உங்களால் ஒரே ஒரு ஆத்துமாவை சம்பாதித்து வைத்திருப்பீர்களானால் உண்மையில் நீங்கள்தான் பெரும் செல்வந்தக்காரர். அப்படி யாதுமில்லாமல் பெரும் பணத்தைச் சம்பாதித்து வைத்திருப்பவன்தான் ஆகப் பெரிய ஏழை. தரித்திரவானும் கூட...

நாம் திடீரெனக் கடந்து விடும் ஒரு மனிதன் அல்லது மனுஷி நம்மிடம் எதிர்பார்க்கும் ஒற்றை வார்த்தையை நாம் பேசாமலேயே கடந்து விடுவோம். ஒருவேளை அந்த வார்த்தையை நாம் பேசியிருந்தால் அது அவர்களது வாழ்க்கையை ஒருவேளை மாற்றியிருக்கலாம் அல்லது அவர்களை அக்கணத்தின் இக்கட்டிலிருந்து தப்புவித்திருக்கலாம்.

நான் எந்த மனிதர்களையும் எளிதாகக் கடப்பதேயில்லை. 'வெள்ளைச் சேலை அழுக்குக்குத் தப்பாது' அல்லது வெள்ளைச் சேலைக்கு மட்டுமே தடுக்கு கிட்டும்! என்று சொல்வார்கள். இரண்டும் வெவ்வேறு அர்த்தங்களைக் கொண்டவை. இங்கே வெள்ளைச் சேலை என்பது பகட்டையும், தடுக்கு என்பது தரையில் விரிக்கப் படும் பாய் என்று பொருள் கொள்ளும்.

மனிதர்கள் மற்றும் அவர்களின் ஏற்றத் தாழ்வு என்பது அவர்கள் பாடையில் ஏறிப் படுக்கும் வரைதான் என்பதை நீங்கள் உணர்ந்து கொள்ளும் வரைக்கும் உங்கள் தலைக்குள் கேள்விகளும், பதில்களும், சோகங்களும், மகிழ்ச்சியும், ஆடம்பரமும், அவலமும் மாறி மாறி வந்து நிற்கும்.

எல்லா மனிதர்களையும் இயல்பாக என்னால் கடந்து விடவே முடிவதில்லை என்பதுதான் நான் வாங்கி வந்த வரமும் சாபமும் என்பதுதான் என்னுடைய துன்பவியல். அவர்களே எதிர்பாராமல் சில அதிர்ச்சிகளை என்னால் கொடுத்து விட முடியும். அது அநேகம் நேரங்களில் இன்ப அதிர்ச்சியாகவும், சில சொற்ப வேளைகளில் துன்பமாகவும் இருந்து விடும்.

எல்லா மனிதர்களையும் எல்லையற்று நேசிக்கும் மனதை எனக்குக் கொடுத்த இயற்கையால் மனிதர்களை நீங்கிச் செல்லும்

மனப்பாங்கை அருள இயலவில்லை. மனிதத் தவறுகளையும், பிழைகளையும் ஒரு நீண்ட நெடிய காலம் வரைக்கும் தாங்கிக் கொள்ள முடிகிறது. அதற்கு மேல் தாக்குப் பிடிக்க முடிவதில்லை.

என்னுடைய 21 வயதில் எங்கள் வீட்டின் அருகில் குடிவந்தாள் ருக்மணி. அப்போது அவளுக்கு வயது 16. அவர்களது சொந்த ஊர் திருநெல்வேலி. அடிக்கடி வீட்டுக்கு வந்து அம்மாவோடு அரட்டையடிப்பாள். என்னிடமும் ஏதேனும் வம்பு பண்ணி விட்டுப் போவாள். அவளுக்கு பதினொரு வயதில் ஒரு தங்கை உண்டு. பெயர் பாக்கியலெட்சுமி. அவளும் என்னோடு மிகுந்த அன்போடு ஒட்டிக் கொண்டாள். அவர்கள் இருவருக்கும் அப்பா கிடையாது. ஒரு விபத்தில் இறந்து விட்டிருக்கிறார். அம்மா பெயர் அம்பிகா. ஒரு பைனான்ஸ் கம்பெனியில் வேலை செய்து இருவரையும் வளர்த்தாள்.

பள்ளி விடுமுறை நாட்களில் பாக்கியும், ருக்குவும் எங்கள் வீட்டில்தான் விளையாடுவார்கள். அம்மாவுக்கும் கொஞ்சம் ஒத்தாசை செய்து கொடுப்பார்கள். நான் தனியாகவே வளர்ந்ததால் உடன் பிறப்பு இல்லாத குறையை அவர்கள் இருவரும் தீர்த்து வைத்தார்கள். அம்மாவிடமும் அத்தே அத்தே என்று அத்தனை நட்பு இருவருக்கும்... அம்மாவும் அவர்களை நன்றாகப் பார்த்துக் கொள்வாள்.

நான் கடைக்குப் போய்விட்டு வரும்போதெல்லாம் இவர்கள் இரண்டு பேருக்கும் ஏதாவது சாப்பிட வாங்கி வந்து தருவேன். அப்பா பண்டிகை காலங்களில் எனக்கும் அவர்கள் இருவருக்கும் சேர்த்து துணிமணிகள் வாங்கித் தருவார். ருக்கு என்னை குட்டன் என்றும், பாக்கியலெட்சுமி என்னை சீலு என்றும் அழைப்பார்கள்.

எனக்கு அப்போது நிலோஃபர் நிஷா என்று ஒரு பள்ளித் தோழி இருந்தாள். சனி ஞாயிறுகளில் அவள் வீட்டில்தான் கழியும். அப்படியொரு நாள் நிஷா வீட்டிற்கு போனபோது ருக்மணியும், பாக்கியலெட்சுமியும் என்னோடு தொற்றிக் கொண்டார்கள்.

சைக்கிளின் முன்பக்க பாரில் பாக்கியும், பின்பக்க கேரியரில் ருக்குவும் அமர்ந்திருந்தார்கள். நாங்கள் அன்று முழுக்க நிஷா வீட்டில்தான் விளையாட்டு, சாப்பாடு எல்லாம். நிஷாவுக்கு இவர்கள் இருவரும் என்னோடு வந்தது ஒருவித பொறாமையை உண்டு பண்ணியிருக்க வேண்டும். அவள் அன்றைக்கு என்னிடம்

மிகவும் உரிமையோடு நடந்து கொண்டாள். மாலையில் வீடு திரும்பும்போது ருக்கு என்னிடம் கேட்டாள்.

"குட்டப்பா! நீ அந்தப் பிள்ள நிஷாவ லவ் பண்ணுகியா?"

நான் திடுக்கிட்டுப் போய் ருக்குவிடம், "எட்டீ! இந்த வயசுல என்னட்டி லவ்வப் பத்திப் பேசுக? உங்கம்மாட்ட சொல்லவா?"

என்றதும் ருக்குவின் பக்கத்தில் ஒரு அமைதி. நான் சைக்கிள் கண்ணாடி வழியாகப் பார்த்தேன். ருக்மணியின் கண்களில் கண்ணீர் வழிய வேறு எங்கோ பார்த்துக் கொண்டு வந்து கொண்டிருந்தாள். எனக்கு சங்கடம் வந்துவிட்டது. வழியில் வண்டியை நிறுத்தி இருவருக்கும் சுக்குக் காப்பியும், சமோசாவும் வாங்கித் தந்து விட்டு அமர்ந்தேன். பாக்கியலெட்சுமி சாப்பிட்டாள். ருக்கு சாப்பிடவில்லை.

நான் அவளிடம் போய் சாப்பிடச் சொல்லி வற்புறுத்தினதும் ஒருவழியாகச் சாப்பிட்டாள். வீடு வந்து சேர்ந்தோம். அதன் பிறகு அவள் என்னிடம் பேச்சைக் குறைத்துக் கொண்டாள். நானும் முதலில் கொஞ்சம் வருந்தினாலும் கூட அது நல்லது என்று தோன்றியது. அவளது வயதுக்குண்டான ஒரு ஆர்வம்தான். இனக் கவர்ச்சி. அதையே நான் சாதகப் படுத்திக் கொண்டிருந்தால் அது என் பெற்றோருக்கு ஒரு பெரிய தீராத அவப் பெயரைச் சம்பாதித்துக் கொடுத்து விட்டிருக்கும். தாங்க முடியாமல் ஒருநாள் அவளை அருகிலுள்ள ஒரு கோவிலுக்குக் கூட்டிப் போய் அங்கு வைத்து அவளிடம் கேட்டேன்.

"உன் மனசுல என்னடே நெனச்சிருக்க? ஒனக்க வயசென்ன? இந்த வயசுல படிக்காம லவ்வு என்ன வேண்டிக் கெடக்கு?"

அவள் என்னையே குறுகுறுப்பாகப் பார்த்துக் கொண்டிருந்தாள். அதுவரைக்கும் அப்படியொரு பார்வையை அவளிடமிருந்து நான் எதிர்கொண்டிராதலால் நான் கொஞ்சம் அரண்டுதான் போனேன். எனக்கும் அதன் பிற்பாடு அவளிடம் எதுவும் கேட்கத் தோன்றவில்லை. இறுதியாக நான் அவளிடம்,

"ருக்கு! ஒனக்கு எம்மேல இருக்கது என்னவா வேணும்னாலும் இருக்கட்டும்! நீ எங்க வீட்டுல வளருக புள்ளை மாதிரி! உனக்கு ஏதாச்சும் தப்பா தோணுனா எங்கம்மாட்ட போயி சொல்லு! அம்மா எதுனா ஒனக்கு ஒரு ஐடியா சொல்லுவா! எனக்கிட்ட

முன்ன மாதிரி பேசு! நிஷா எனக்கு நல்ல ஃப்ரெண்டுதான்! லவ்வெல்லாம் பண்ணலை!"

என்று சொல்லிவிட்டு எழுந்தேன். அவளும் எழுந்து என்பின்னே மான்குட்டி போல வந்து சைக்கிளில் அமர்ந்தாள். வீடருகே போகும் போது அம்பிகா அத்தையும், பாக்கியும் ஏதோ விசேஷ வீட்டிற்கு கிளம்பி ருக்குவிற்காகக் காத்திருந்தார்கள். நாங்கள் சேர்ந்து போனதைக் கண்ட அம்பிகா அத்தை அவளிடம் சப்தம் போட்டாள்,

"எட்டீ சாயந்த்ரம் கலியாணத்துக்குப் போணும்னு சொல்லிட்டுத்தானே போனேன்! ஓர்மையில்லியா? எரும மாதிரி வந்து நிக்க?"

நான் அத்தையிடம், "எத்தே நீங்க முன்னுக்க போங்க! பெருமாள் மண்டபத்துலதானே? நானே கொண்டு வுடுகேன்!" என்று சொன்னதும் அத்தை என்னிடம்,

"சரி மக்கா! சீக்கரம் வந்து சேருங்க!" என்று சொல்லி விட்டு கிளம்பிச் சென்றார்கள்.

நான் ருக்குவிடம், "பாத்தியா? ஒரு வயசுப் புள்ளைய என்னைய நம்பி வுட்டுட்டுப் போறாங்க ஒங்கம்மா! நீயும் இருக்கியே? போ! போயி குளிச்சிட்டு, துணி மாத்திட்டு கூப்ப்டு! நா சட்டய அயன் பண்ணனும்!"

என்று சொல்லிவிட்டு வீட்டிற்கு வந்து விட்டேன். சிறிது நேரத்தில் அவளும் வந்தாள். சேர்ந்து கல்யாண வீட்டிற்கு போய்ச் சாப்பிட்டு விட்டு வீட்டுக்கு வந்தோம். இப்படியாக நாட்கள் கடந்தன.

ருக்கு என்னிடம் இப்போதெல்லாம் அளவில்லா அன்பும், அக்கறையும் காட்டும் அளவுக்கு நெருங்கி இருந்தாள். அது எனக்கு மகிழ்ச்சியாக இருந்தாலும் கூட நான் கொஞ்சம் விலகி இருந்தேன். அவ்வப்போது மட்டம் தட்டினேன். அம்மா என்னை திட்டுவாள்.

"நீ யாம்ல அவகிட்ட நாய அவுத்து வுடுக நாயே?"

எப்போதாவது அவள் வீட்டில் இருந்து பலகாரம் கொண்டு வருவாள். அவள் வரைந்த படங்களைக் கொண்டு வந்து என்னிடம் காட்டி மதிப்பெண் கேட்பாள். நானும் ஏதேனும் சொல்லி அனுப்பி விடுவேன். அவள் மெச்சத்தக்க ஏதேனும் சொல்லி அவளை

நான் மனதளவில் ஆக்கிரமித்து விடக் கூடாது என்று கவனமாக இருந்தேன்.

எனக்கு என்னதான் பிரச்சனை? ருக்மணி அத்தனை அழகு! அவளுக்கென்ன குறை? இப்படியொரு இளம்பெண்ணின் அன்பான அனுசரணையான உபசாரணைகளை எந்தவொரு மாக்கானும் தவிர்க்க மாட்டான் எனும்போது நான் ஏன் அவளிடமிருந்து இத்தனை தூரம் விலகி நிற்கிறேன் என்பதே எனக்கு வியப்பாக இருந்தது.

ருக்மணி ஒரு தகப்பனில்லாத பிள்ளை, அவளது அம்மாவுக்கு அவள் மீதான கனவுகள் எத்தனையோ? எங்கள் குடும்பத்தை நம்பி எங்கள் வீட்டில் அந்தப் பிள்ளைகளை விட்டிருக்கிறாள்! அவள் வேலை முடிந்து வீடு திரும்பும் வரைக்கும் தன்னுடைய பிள்ளைகள் குறித்த பயத்தை என் அம்மாவும், அப்பாவும் நானும் நீக்க வேண்டிய கடமை எங்களுக்கிருந்தது. முக்கியமாக என் அம்மா என்னை முழுக்க நம்பி அந்த பதின் பருவத்துப் பிள்ளைகளை பழக அனுமதித்திருந்தாள்! யாருக்கும் என்னால் எந்த உபத்திரவமும் வந்து விடக்கூடாது என்பதில் முழு உறுதியாக இருந்தேன்.

என்னுடைய எண்ணங்கள் முழுக்க இந்த பாதுகாப்பு உணர்வு குறித்த அச்சமே நிரம்பியிருந்ததால் எனக்கு அந்தப் பிள்ளைகள் மீது எந்த ஈர்ப்பும் வரவில்லை. மேலும் அவர்கள் இருவரையும் பாத்திரமாகப் பார்த்துக் கொள்வது மாத்திரமே இருந்தது. ருக்மணிக்கு என் மீது என்ன தனிப்பட்ட அன்போ தெரியாது! கண்டிப்பாக இனக்கவர்ச்சி மாத்திரமே என்று நம்பினேன்.

ஒருவேளை அவளது படிப்புகள் எல்லாம் முடிந்து திருமண வயது வரும் போதும் இதே எண்ணம் அவளுக்கிருக்குமானால் அவளது வாழ்வின் இறுதி வரைக்கும் அவளைப் பத்திரமாக அணைத்துக் கொண்டே ஒரு கோழிக்குஞ்சைப் போலப் பார்த்துக் கொள்ள வேண்டும் என்று எண்ணியபோது அவள் மீது ஒரு சிலிர்ப்பு உருவானதை நான் ஒப்புக் கொள்ள வேண்டும். ஆனாலும் அந்தச் சிலிர்ப்பை நான் அனுமதிக்கவில்லை.

அன்று ஒருநாள் இரவு பத்தரை மணிக்கு நாங்கள் தூக்கத்திற்கு ஆயத்தமானோம். வெளியில் நல்ல மழை. நான் படுத்து விட்டேன், அப்போது வீட்டின் வெளியே இருந்து ருக்மணியின் குரல்.

“எத்தே! தூங்கிட்டேளா? கொஞ்சம் கதவத் தொறங்களாம்!”

அம்மா போய்க் கதவைத் திறந்தாள். வெளியில் ருக்மணி மழையில் நனைந்து கொண்டு நின்று கொண்டிருந்தாள். அம்மா அவளைத் திட்டினாள்,

"இன்னேரத்துக்கு எதுக்கு மழையில நனஞ்சிக்கிட்டு நின்னுக்கிட்டிருக்க? ஒரு கொடைய புடிச்சிக்கிட்டு வரப்புடாதா? இப்புடி தொப்பலா நனஞ்சிருக்கியே? இந்தத் தலை ராத்திரியில காயிமா? உள்ள வா!"

என்று அம்மா ஒரு டவ்வலை எடுத்து அவளது தலையைத் துவட்டிக் கொண்டிருக்கவே ருக்கு அம்மாவிடம் கேரளாவிலிருந்து அவளது தாய்மாமா குடும்பத்தோடு வந்திருப்பதாகவும், அவரது குழந்தைக்கு முடி எடுப்பதற்காக காலையில் குடும்பத்தோடு திருச்செந்தூர் போகவிருப்பதாகவும், அவர் பால்கோவா வாங்கி வந்திருப்பதாகவும், அதை எனக்குத் தர வேண்டி வந்ததாகவும் சொல்லிக் கொண்டிருந்தாள்.

நான் மெதுவாகத் திரும்பிப் படுத்தேன். சற்றைக்கெல்லாம் என் பக்கத்தில் யாரோ வந்தது போல நிழலாட நான் நிமிர்ந்து பார்க்க ருக்மணி என்னருகில் நின்று கொண்டிருந்ததைக் கண்டு நான் அதிர்ச்சியில் எழுந்து அமர்ந்து கோபத்தில்,

"எட்டீ! வெவரமிருக்கா மண்டையில? இப்புடி பேயி மாதிரி வந்து நிக்க? நாம்லா பயந்துட்டேன்? ச்சை!"

அவள் மெதுவான குரலில் என்னிடம், "ஒனக்கு பால்கோவா கொண்டாந்தேன் குட்டா! நீதான் புடிக்கும்னு சொல்லுவியே?"

நான் கடுப்பில், "யாம்னா நா பால்கோவாக்குதானே அலந்து கெடக்கேன்? காலம்பரக்குள்ள பால்ல கெடந்த கோவா காலு மொளச்சி எந்திரிச்சி ஓடிரும்லா! கொண்டாந்துருக்க சமயங் கொள்ளாம்? போட்டீ கொண்டுகிட்டு!"

ருக்மணியின் கண்களில் ஒருவித கவலை, "இல்ல காலம்பர நேரத்தயே வேன் வந்துரும்! போயிருவோம்! சாயந்தரம் நேரத்த வரலைன்னா அல்வா நாசமாயிரும்லா?"

"யாம்டீ! ஒரே அடியா போக்கெடுத்துப் போயிருவேளா? தூக்கத்தக் கெடுக்காத! போ அந்தால!"

என்று நான் சப்தம் போடவும் அவள் பம்மி இரண்டடி பின்னால் போய் நிற்க அம்மா கடும் கோபத்தில் அவளிடம், "அந்த

நாயிக்கிட்ட வாயக் குடுக்காதன்னு சொன்னாலும் நீ கேக்க மாட்ட! மனுசனா அவன்? இதுக்கு நீ இந்த பால்கோவாவ நாய்க்கி வச்சிருந்தா காணும்போதெல்லா வால ஆட்டும்! வா இங்க!"

என்று அவளது கையைப் பிடித்து இழுத்துக் கொண்டு போனாள். நான் இழுத்துப் போர்த்திக் கொண்டு படுத்துவிட்டேன்.

அதிகாலையில் மழை இன்னும் வெளுத்துக் கொண்டிருந்தது. எனக்கு லேசாக விழிப்பு வரவே வெளியில் அம்மாவின் குரல் கேட்டுக் கொண்டிருந்தது. வேன் வந்திருந்தது. எல்லாரும் கிளம்பிக் கொண்டிருந்தார்கள். அப்போது எனக்கு பக்கத்தில் சன்னமாக ஒரு குரல்,

"குட்டா! நா உள்ள வரட்டா?"

நான் போர்வையை முகத்தைவிட்டு விலக்கி கண்களை இடுக்கி பார்த்தால் வாசலில் ருக்மணி கையில் ஒரு வாளியோடு நின்று கொண்டிருந்தாள். நான் எழாமலே அவளிடம்,

"அது என்னடி கைல?"

அவள் பயத்தில், "புளியோதரையும், அவிச்ச முட்டையும்! மத்தியானஞ் சாப்புடுகதுக்கு அம்ம செஞ்சா! ஒனக்கும் கொஞ்சோல எடுத்துட்டு வந்தேன்!"

"அப்புடியா? ஆனா எனக்குதா புளியோதர புடிக்காதே? நீங்க திருநவேலிக்காரவல்லா? நல்லண்ணையிம், கடலப் பருப்பும் போட்டுருப்பிய?"

"இல்ல இது நல்லாருக்கும்! நீ சாப்புடு!" என்று நீட்டியவளிடம்,

"அந்த டேபிள்ள வச்சிட்டுப் போ!" என்றேன்.

"மத்தியானம் சாப்புட்டுரு! இல்லைன்னா ஊசிப் போயிரும்! ராத்திரியே செஞ்சது!"

"அதெல்லாம் பாத்துக்கிடலாம்!"

அவள் என்னிடம் கெஞ்சும் தோரணையில், "குட்டப்பா! ஓங்கிட்ட ஒண்ணு சொன்னா கோவிப்பியா?"

"மொதல்ல சொல்லு!"

“வேன்’ல நெறைய எடம் கெடக்கு! நீயும் வாயாம்! நீ வந்தா ஜாலியா இருக்கும்!”

“நா என்னட்டி சார்லி சாப்ளினா? நீங்க கூட்டிக்கிட்டு போயி ஜாலியடிக்கதுக்கு? காலத்தயே ஒறக்கத்துல மண்ணள்ளிப் போடாத!”

“ப்ளீஸ் குட்டப்பா! இன்னும் நேரமிருக்கு! இப்ப பொறப்புட்டன்னா சரியா இருக்கும்!”

“சொன்னா கேக்க மாட்டியா? கெளம்பு!”

என்று சொல்லி அவளைத் துரத்தவும் அவள் முகம் அப்படி சுருங்கிப் போனது. நான் மீண்டும் இழுத்துப் போர்த்திக் கொண்டு உறங்கத் துவங்கினேன். சற்றைக்கெல்லாம் வண்டி கிளம்பும் சப்தம் கேட்டது.

அன்று காலையில் நான் விழிக்கும் போது மணி பத்தரை. வீட்டின் வெளியில் ஒரே களேபரம். அம்மாவையும் வீட்டில் காணவில்லை. நான் வெளியில் போய் அண்ணன் ஒருவரிடம் விசாரித்தேன். அவர் சொன்னார்,

“அம்பிகா அக்கா எல்லாரும் திருச்செந்தூரு போனாகல்லா? அந்த வேனு வள்ளியூருக்கிட்ட வச்சி ஆக்ஸிடெண்டு! அவுக மூத்த புள்ள ஸ்பாட்டுல அவுட்டு! புள்ள ஜன்னல் சைடுல உக்காந்து தூங்கிருக்கா! சைடுல போன லாரில உள்ள கொக்கி முடியில மாட்டி தல துண்டாயி ரோட்டுல கெடந்துருக்கு மக்கா!”

யாரோ என் பின்மண்டையில் சுத்தியலால் அடித்தது போல இருந்தது. எனக்குக் காதுகள் அடைத்து கண்கள் இருட்ட நான் அங்கேயே சுருண்டு விழுந்தேன்.

கண்விழிக்கும் போது அடுத்தநாள் ஆகி விட்டிருந்தது. ஆஸ்பத்திரியில் இருந்தேன். அம்மா என்னைக் கண்டு சப்தமாக அழுதாள். எனக்கு எதுவும் நினைவில் இல்லை. நான் கண்டது கனவாக இருந்துவிட வேண்டும் என்று எண்ணிக்கொண்டே அம்மாவிடம்,

“எம்மா! ருக்கு திருச்செந்தூருக்குப் போனால்லா? அவ திரும்பி வந்துட்டாளா?”

அம்மா மீண்டும் வெடித்து அழுதாள். அப்பா அம்மாவைத் தேற்றிக் கொண்டிருந்தார். ருக்மணியின் உடலைப் போஸ்ட் மார்ட்டம்

செய்து இங்கே கொண்டு வராமல் சொந்த ஊருக்கே கொண்டு போய் எரித்து விட்டார்களாம்.

மறுநாள் டிஸ்சார்ஜ் ஆகி வீட்டுக்கு வந்தோம். ருக்மணி என்னை விட்டுப் போய் அன்றோடு மூன்று நாட்கள் ஆகியிருந்தன. என்னுடைய ரூமுக்கு வந்து பார்த்தேன். அவள் டேபிளில் வைத்த புளியோதரை வாளி அங்கேயே இருந்தது. ஓடிப்போய் அதை எடுத்துத் திறந்து அப்படியொரு வேகத்தில் சாப்பிடத் துவங்கினேன். அது கொஞ்சம் கூட ஊசியிருக்கவில்லை. அவ்வளவு ருசியாக இருந்தது.

அம்மா என்னை வியந்து பார்த்தபடியே அழுதாள். அப்பாவுக்கும் கண்களில் இருந்து கண்ணீர் கொட்டியது. நான் மீண்டும் ஓடிப் போய் ஃப்ரிட்ஜைத் திறந்து அவள் கொண்டு வந்த பால்கோவாவை எடுத்து ஒரே வாயில் தின்றேன். இனிப்பே தெரியவில்லை. எனக்கு அழுகை வரவில்லை. மாறாக சிரித்தேன். அன்றிலிருந்து இரண்டு வருடங்கள் நான் ஒரு வயது குழந்தையின் தன்மையோடு இருந்தேன். காலமும், சுற்றமும் என்னைத் தேற்றியது. படித்துக் கொண்டிருந்த மெக்கானிக்கல் எஞ்சினியரிங் டிப்ளமோவும் கிடப்பாட்டில் ஆகியது.

அதன் பின்பு ஒரு மாதம் கழித்து அம்பிகா அத்தையின் தம்பி வந்து அந்த வீட்டைக் காலி செய்து பொருட்களை ஒரு லாரியில் ஏற்றி போனதாகச் சொன்னாள் அம்மா. இரண்டு ஆண்டுகளுக்குப் பின்னர் ஒருநாள் அம்மாவின் மடியில் படுத்தவாறே கேட்டேன்,

“எம்மா! நா மட்டும் அன்னைக்கி ருக்குமணி கூப்டவொடனே கூடப் போயிருந்தம்னா அவ விண்டோ சீட்டுல தூங்கிருக்க மாட்டால்லாமா?”

என்றதும் அம்மா சன்னமாகக் கண்ணீர் வடித்தவாறே என்னுடைய தலையைக் கோதினாள். நான் மீண்டும் அம்மாவிடம், “தல துண்டாகி நடுரோட்டுல கெடந்தப்ப எவ்ளோ துடிச்சிருக்கும் புள்ள?” என்று வெடித்து அழுதேன்.

ருக்மணி என்னிடம் சொல்லாத ஒரு வார்த்தையை செயலில் செய்து காட்டி விட்டுப் போயிருக்கிறாள். நான் சொல்லியிருக்க வேண்டிய வார்த்தையை சொல்லாமலும், செய்யாமலும் மெத்தனமாக இருந்து விட்டு அவளை இழந்து நின்றேன். எந்த ஒரு மனிதர்களையும் நான் இழந்துவிடக்கூடாது என்றொரு பெரும்

பாடத்தை நான் கற்றுக் கொள்வதற்காக கொடுத்த விலைதான் ருக்மணி என்னும் பாவப்பட்ட ஜீவன்.

இப்போது சொல்லுங்கள்! ஏன் நம்மை நேசிப்பவர்களை நாம் இழக்க வேண்டும்? ஒரு வார்த்தையைக் கூட நாம் அவர்களிடத்தே சொல்ல முடியாவிட்டால் அந்த அன்பைப் பெற நமக்கு என்ன தகுதியிருக்கிறது? ஒரு வார்த்தைதான் அவர்களுக்குத் தேவையெனில் அதைக் கொடுப்பதில் என்ன இழப்பு வந்து விடப்போகிறது? அன்பன்றி வேறென்ன இருக்கிறது இந்த உலகில்? அதிலிருந்து இன்னாரென்று அறியாமல் எல்லா மனிதர்களையும் நேசிக்க ஆரம்பித்திருந்தேன்.

அத்தியாயம் 6

காதல் ஒரு கூதரை

இதோ ஆறரை வருடங்கள் கழிந்து இருபத்தேழாவது வயதில் இளங்கலைப் பட்டப்படிப்பு படித்துக் கொண்டிருக்கும் சமயம் இன்னொரு பெண்ணின் புன்னகை என்னைப் பறித்து வைத்திருக்கிறது. எந்த எல்லைக்குக் கொண்டு போய் விடப் போகிறதோ என்று இதயம் பதைபதைக்கக் காத்துக் கிடந்தேன். அவள் வரவேயில்லை! சரி இதற்குமேலும் நம் மனதை நாமே குத்திக் கொள்ள வேண்டாம் என்று பேசாமல் இருந்துவிட்டேன். ஆனாலும் அந்த நாட்கள் ஒரு தேர்ந்த ஆமையினைப் போலவே நகர்ந்தன.

ஒரு பத்து நாட்கள் கடந்திருக்கும். கல்லூரி முடிந்து கழிவறையில் வைத்து ஒரு தம்மைப் பற்ற வைத்தால் பாக்கெட் அதிர்ந்தது. ஒரு புது எண்ணிலிருந்து கால் வந்தது. எடுத்துக் காதில் வைத்தால் ஒரு வயலின் சப்தம்.

"ஹலோ............!"

நான் குழப்பத்தில், "ஹலோ யாருங்க அது?"

ஒரு குழைவான குரலில், "கண்டு புடிங்க பாக்கலாம்!"

"அட நம்ம என்ன கண்ணாமூச்சியா வெளையாடுகோம்!"

"கண்ணாமூச்சியா? வெளையாடலாமே?"

"அட வெளையாடாதீங்க! ஆளு யார்னு சொல்லுங்க!"

"ஒரு சின்ன க்ளூ கூடவா கிடைக்கலை?"

"சுத்தமா ஐடியாவே இல்ல!" என்ற எனக்குள் பரபரப்பும் பதட்டமும் தொற்றிக் கொண்டது. இன்னொரு குழப்பமும் வந்தது. ஏனெனில் நம்முடைய நட்பு வட்டம் அப்படி. பெண்குரலில் பேசி நாமும் ஏதேனும் வாயில் தேன் ஒழுகப் பேசினால் ஊருக்கே

கொட்டடிப்பான்கள். எதற்கும் கொஞ்சம் எச்சரிக்கையாக இருக்கலாம் என்று எண்ணி தெளிவாகவே காய் நகர்த்தினேன். மறுமுனையிலிருந்து மீண்டும் குரல் கேட்டது,

“ஹலோவ்வ்!”

நான் மீண்டும் பதற்றத்தில், “ஆங் சொல்லுங்க!”

“நீங்க சொல்லுங்க!”

எனக்குக் கடுப்பாகி விட்டது, “அடப் போம்மாளு! சொன்னாச் சொல்லு! சொல்லாட்டா போ!” என்றவாறே போனைக் கட் செய்துவிட்டேன்.

மீண்டும் ஃபோன் ரிங் ஆனது. இரண்டு மூன்று முறைகள் பார்த்துவிட்டு அட்டென் செய்து, “ஹலோ!” என்றேன்.

மறுமுனையில் ஒரு மயக்கும் வசீகரக்குரல், “ஹல்லோ! போன் நம்பர துண்டு சீட்டுல எழுதி ரோட்டுல போடுவீங்க? போன் பண்ணா பேசமாட்டீங்க? அப்டித்தானே?”

எனக்கு ஒரு முறை மூச்சு நின்று துடித்தது. பேச நாவுகள் எழவில்லை. மீண்டும் மறுமுனையில் இருந்து, “ஹலோ!”

நான் சற்றே தடுமாறி, “ஹலோ! நீங்களா? எங்க போயிருந்தீங்க? இவ்ளோ நாளா தேடிக்கிட்டு இருந்தேன்! என்னைய ஒண்ணும் தப்பா நினைக்கலியே?”

“தப்பா நினைச்சிருந்தா ஃபோன் பண்ணிருக்க மாட்டம்லா?”

“வாஸ்தவம்தான்! ஆனா அதுக்கப்புறம் நீங்க எங்க வீட்டுப் பக்கத்தோட வரலியே?”

“ஆமா! என் தங்கச்சிக்கி ஸ்கூல் லீவு! அதனால நா வேற வழியா காலேஜ் போனேன்! உங்க வீட்டுப் பக்கத்தோட போனா எனக்கு ரொம்ப சுத்து!”

“ஓ அப்டியா?”

“ஆனா நா டெய்லி உங்களப் பார்த்தேனே!”

எனக்கோ ஆச்சர்யம், “என்ன சொல்றீங்க? எங்க வச்சி என்னைய பாத்தீங்க?”

“வெட்டூர்ணிமடத்துல எனக்க ஃப்ரெண்டுக்க அண்ணன் டெலிபோன் பூத் வச்சிருக்கான்! அங்க இருந்துதான் நீங்க பைக்ல போறத காலம்பரயும் சாய்ந்தரமும் பாப்பேன்! அப்புறந்தான் வீட்டுக்கு வருவேன்!”

“அப்போ என்னைய சைட் அடிச்சிருக்கீங்க? அப்டித்தானே?”

“சேச்சே! நா எல்லாரையுந்தான் சைட் அடிப்பேன்! ஆனா நீங்க கொஞ்சம் ஸ்பெஷல்!”

“ஸ்பெஷல்னா?”

“அதெல்லாஞ் சொல்ல முடியாது! ஸ்பெஷல்னா ஸ்பெஷல்தான்!” என்று துவங்கி அவள் யார்! அவளது பெயர்! பிறந்த தேதி! என்ன படிக்கிறாள்! அப்பா, அம்மா, அண்ணன், தங்கை மற்றும் நண்பர்களின் பெயர்கள் முதற்கொண்டு எத்தனை மணிக்குத் துயில் கொள்வாள்! எப்பொழுது துயில் கலைவாள்! எந்த நடிக நடிகையர் பிடிக்கும்! என்ன சாப்பிடப் பிடிக்கும்! என்ன வர்ணம் பிடிக்கும்! உடையளவுகள் என்னென்ன? என்று அந்தரங்கக் காரியங்கள் வரைக்கும் அடுத்த பத்து நாட்களில் தெரிந்து கொண்டேன்.

அதற்குப் பின்னான சம்பாஷணைகளும், சம்பவங்களும் எல்லார்க்கும் நிகழ்வது போலத்தான் எங்களுக்கும் நிகழ்ந்தன. ஆரம்பத்தில் மூடியிருக்கும் சிப்பியைப் போலத்தான் இந்தக் காதலும்.. திறந்து பார்த்தால் “ப்பூ... இந்த ஒரேயொரு முத்து மயிருக்கா அத்தாந்தண்டி கடலுக்குள்ள டைவ் அடிச்சோம்!” என்றாகிவிடும். உரையாடல்களுமே உப்புச் சப்பில்லாமல் ஆகிப்போகும்.

“மார்சியா எங்க இருக்கீங்க?” என்று பேசத் துவங்கி “நா வீட்ல இருக்கேன்! நீங்க எங்க இருக்கீங்க குணாக்குட்டி?” என்று பதில் சொல்லக் கேட்டு பின்பு, “மார்சியாக்குட்டி எங்கடா செல்லம் இருக்க?” என்று கேட்டு “நீங்க எங்க இருக்கீங்க செல்லக்குட்டி?” என்று முடித்து “வேற என்ன விஸேஷம்?” என்று துவங்கி “இங்க என்னப்பா? அப்டியே போவுது?” என்று முடித்து, இரவுகளில் ‘ஸ்வீட் நத்திங்ஸ்’ என்றழைக்கப்படும் வெற்று உரையாடல்களின் பாதியில் தூங்கி காலையில் எழுந்து “உனக்கு இப்போல்லாம் என்கிட்ட பேசவே டைம் கிடைக்கலைல்ல குணா?” என்று துவங்கி, “என்னடி இப்டி சொல்ற? உன்னைய விட்டுட்டு நா யார்கிட்ட பேசப்போறேன்?” என்று முடித்து, “நா போன் பண்ணும்போதெல்லாம் ஒனக்க நம்பர் பிஸி பிசின்னு வருகு?

எவன்கூட பேசிக்கிட்டு நடக்க?” என்று துவங்கி, “அப்பாக்கிட்ட பேசிக்கிட்டிருந்தேன்! நீ யாம்டே இவ்ளோ கோவப்படுக?” என்று முடித்து, “பத்து வாட்டிக்க மேல போன் அடிச்சேன்! லைன் கெடைக்கல? எங்கட்டீ போயிருந்த ங்கோத்தா?” என்று துவங்கி “நா எங்கயும் போவேன்! ஒனக்கென்னலே தாய்ளி? எங்கப்பனே கேக்க மாட்டாம்? ஒனக்கென்ன கேள்வி மயிரு?” என்றுதான் முடிந்தது எங்கள் காதலும்...

சொல்வதற்கு ஆயிரமாயிரம் காதல் கதைகள் மண்ணில் உண்டு! காதல் பிரிவு குறித்து கூறவும் அதே போல லட்சம் கதைகள் உண்டு! எதற்குத்தான் இந்த இழவெடுத்த காதலைக் கதையாகக் கூறித் தொலைக்க வேண்டும்? எத்தனை வேகமாகக் காதலித்தோமோ அதைவிட வேகமாக அடித்துப் பிடித்துப் பிரிந்தோம். நானும் அடுத்த 2012ஆம் ஆண்டே திருமணம் செய்து கொண்டேன்.

அத்தியாயம் 7

சூனியச் சுழல்

என்னுடைய திருமணத்திற்குப் பின்னர் 2015ஆம் ஆண்டு அவளைச் சந்திக்க நேர்ந்த போது அவள் என்னிடம் கேட்டாள்,

"ஒனக்கு அவ்வளவு படபடப்பில்லியா குணா?"

நான் கோபத்தில், "என்னட்டி சொல்லுக?"

"கல்யாணத்துக்கு? என்னைய உட்டுட்டு நீ வேறொரு புள்ளைய கெட்டிக்கிட்டல்லா? அவ்வளவு ஏத்தம் ஒனக்கு?"

"அது முடிஞ்சிதான் மூணர வர்சமாகுல்லா? இப்ப வந்து கேக்க? என்ன கேள்வியிது?"

"அதாங்க கேக்கேன்! நீ யாம்டே என்னைய மறந்துட்டுப் போன?"

"நீதான் என்னைய வேண்டாம்னு சொல்லிட்டுப் போன?"

"அதுக்குன்னி என்னைய இப்புடி திக்குத் தெரியாமலா உட்டுட்டுப் போவ?"

"அப்படின்னா நான் ஒங்கிட்ட வந்து கைமுட்டிய சொறிஞ்சிக்கிட்டு கெஞ்சியிருக்கணும்னு சொல்லுகியா மார்சியா?"

"இந்த புடிவாதத்ததான் ஒனக்க வாழ்க்கைக்க அத்தம் வரக்கிம் கொண்டுகிட்டு போவணும்'னு நெனைக்கிதியா குணா?"

"யாம்மோ? நீ மட்டும் புடிவாதம் புடிக்கலியோ?"

"நானா? நா என்ன புடிவாதம் பிடிச்சேன்?"

"எனக்குப் படிப்பு முடிஞ்சதும் கல்யாணம் கெட்டிக்கிடலாம்னு சொன்னேன்! நீ யாங் கேக்கல?"

"அப்போ எனக்க டிகிரி முடியலியே?"

“யூ.ஜி முடிச்சிருந்தீல்லா? பொம்பளப் புள்ளைக்கி அது பத்தாதா?”

“ஆமா நீ பி.ஜி முடிச்சிருக்கல்லாடே?”

“அதுக்கு என்ன? ஒனக்கு ஒரு டிகிரி போதாதா?”

“யாம்? நா கூடுதல் ஒரு டிகிரி படிச்சா காலேஜி இடிஞ்சிருமா? ஒனக்கு மட்டும் ரெண்டு டிகிரி? எனக்கென்ன ஓரவஞ்சன”

“பின்ன ஒன்னைய கெட்டிக்கிட்டு ஒனக்கு சோறு போடண்டாமா?”

“யாம்ப்போ? அதுவரைக்கிம் நா சோத்துக்காண்டி ஒனக்க வீட்டு வாசல்லயா தட்ட ஏந்திக்கிட்டு வந்து நின்னேன்?”

“பாத்தியா? நீ இன்னக்கி வரைக்கும் திருந்தலை?”

“நா என்ன தப்பு செஞ்சேன் குணா? திருந்துகதுக்கு?”

“எத்தன இறுமாப்புட்டி ஒனக்கு?”

“ஒருவேள நா உன்னையக் கல்யாணம் செஞ்சதுக்கப்புறம் ஏதாது பிரச்சன வந்து நீ என்னைய உட்டுட்டுப் போயிருந்தாலும் கூட நாஞ் ஜீவிக்க எனக்கு ஒரு வேல வேண்டாமா? அதுக்காத்தான் நா மேல்படிப்பு படிக்க நெனச்சேன்! அது ஒரு குத்தமில்லியே?”

“அப்போ எனக்க மேல நீ வச்சிருந்த நம்பிக்கையும், விசுவாசமும் அவ்வளவுதான் இல்லையாம்மோ?”

“இப்போங்கூட நீ என்னைய உட்டுட்டுப் போயி அஞ்சி வருஷம் ஆச்சி! உன்னைய மறக்க முடியாம... இந்தா எனக்க வயசு முப்பது ஆவுகு! எங்க அப்பாம்மாவுக்கும், ஃப்ரெண்ட்சுக்கும், சொந்தங்களுக்கும் காரணஞ் சொல்லாம கண்ணீர்க் கடலுக்க அவுகள நிப்பாட்டி வச்சிருக்கேன்! நானா அவிசுவாசி?” என்றவாறே அவள் உடைந்து அழுதாள்.

நான் பதில் பேசவில்லை. ‘இவள் எப்போதும் இப்படித்தான். அழுதே காரியத்தைச் சாதித்துக் கொள்வாள். இனி என்னிடம் சாதித்துக் கொள்ள என்ன காரியம் இருக்கிறது? இடியட்!’

அது ஒரு நீண்ட சாலை. அவள் அழுவதை அங்கே போகிற வருகிற மனிதர்கள் எல்லாரும் பார்த்துக் கொண்டே போனதை நான் கவனித்து அவளது பேச்சை திசை திருப்ப முயன்றேன்.

“சரி வுடுட்டி! இப்ப உங்க ஊட்டுல ஒனக்கு மாப்ள பாக்காவளா இல்லியா?”

அவள் கண்களைத் துடைத்துக் கொண்டே, “நிறைய பேர் வாராவ? வயசக் கேட்டவொடனே பேக் அடிச்சிருகாவ? இல்லையின்னா கோடிகளக் கேக்காவ! நம்ம ஊர்லதானே வரதட்சணைய மானதானமில்லாம வளத்து உட்டுக்கிட்டு பேரண்ட்ச சூசைடு வரைக்கும் போக வைக்கானுவோ? எனக்குப் பின்னும் ஒருத்தி இருக்காள்ளா? அவளையுங் கரையேத்தாண்டாமா?”

“அதெல்லாம் நடக்குமுட்டி! நீ யாம்ளா கவலப் படுகா?”

“முன்னையெல்லா ஒரு துணையா நீ இருந்த! நா எதுக்கும் பயந்ததில்ல! இப்ப எனக்க ஒரே ஹோப்பு எங்கப்பாதாம்! இத்தன வருசமா வெளிநாட்டுல கெடந்து உயிர வெறுத்து சம்பாரிச்சத நா ஒருத்தி மட்டுஞ் சுருட்டிக்கிட்டு போவ எனக்கு இஷ்டமில்ல! மயிரு கலியாணந்தானே? நடக்கும்போது நடக்கும் வுட்டுத் தள்ளு!”

அவளது அந்த விரக்தியின் உச்சத்தை அதற்குமுன்பு எப்போதும் நான் பார்த்திருக்கவேயில்லை. பறந்து கொண்டே என்னை முத்தமிடும் வண்ணத்துப்பூச்சி அவள். எனக்குக் கோபம் வந்துவிட்டது. கத்தினேன்.

“உன்னய எவ்வளவு கெஞ்சினேன்? இப்பம் பாத்தியா? எங்க வந்து நிக்கியட்டி நீ? அன்னிக்கி மாத்திரம் நாஞ்சொன்னதக் கேட்டிருந்தா எப்படி இருந்திருப்ப?”

“எப்படி இருந்திருப்பேன்? நீ சொன்னதையெல்லாங் கேட்டுக்கிட்டு, நீ சொன்னல்லா சோறு? அதத் தின்னுக்கிட்டு, ஒங்கூட்டுல ஏதாச்சும் ஒரு ரூமுல நீ கேக்கும்போதெல்லா ஒங்கூட படுத்துக் கிடந்து பிள்ளையள பெத்துக்கிட்டு ஒரு ஒரு சைல்ட் மேக்கிங் மிஷின் மாதிரி இருந்திருப்பேன்? அதானே?”

“நீயெல்லாம் ஒருகாலமும் திருந்த மாட்டட்டீ! எக்கேடோ கெட்டு ஒழி!”

சன்னமாக சிரித்தாள், “இன்னுமா நா ஒழியணும் ஒனக்கு? ஹாஹாஹா!”

“சிரிக்காதட்டீ எழவுடுப்பா!” எனக்கும் கண்ணீர் வந்து விட்டது.

“குணா!”

“சொல்லு!”

“ஒரு கவித சொல்லட்டா?”

“எனக்கே கவித சொல்லப் போறியா?”

“ஆமடே மக்கா! நீ எனக்கு எழுதுன கவிதையத்தான் சொல்லப் போறேன்!”

“நா எழுதுனதா? எங்க சொல்லு கேப்போம்?”

“காலத்தைக் காதலால் கழி!
இதழ்களால் முத்தத்தைப் பெருக்கு!
இறுக்கத்தை இன்னும் கூட்டு!
விரல்களால் விரல்களை வகுத்தால்
அதில் வரும் ஈவு நீ! மீதி நான்...!”

“இன்னுமா இத நீ ஓர்ம வச்சிருக்க?” நான் ஆனந்த அதிர்ச்சியில் இருந்தேன்.

“ஆமா குணா! இன்னக்கி ஈவாய் நீ சாலையில்! மீதியாய் நான் யாருமற்ற சோலையில்!” அதைச் சொல்லும் போது அவளது முகத்தில் அப்படி ஒரு மென்சோகம்.

“அடி செறுக்கியுள்ளை! இப்போ எதுக்குட்டி ஒனக்கு இவ்ளோ பெரிய சடவு? தல தொங்குகு?”

மீண்டும் அவளது கண்களில் கண்ணீர்ப் பெருக்கோடு, “நமக்குள்ள கடைசியா ஒரு சண்டை நடந்திச்சே? உனக்கு அது நியாபகம் இருக்கா?”

“இருக்கு! அதுக்கு என்ன இப்போ?”

“அந்த சண்டைக்கி காரணம் என்னன்னு நியாவகமிருக்கா ஒனக்கு?”

“நா இன்னைக்கிக் காலைல நடந்ததையே மறந்துருவேன்! இந்த லச்சணத்துல அஞ்சாறு வருசத்துக்கு முன்ன நடந்தத கேட்டா என்னத்த சொல்லுவேன்?”

“ஒனக்கு நியாபகமே இருந்தாக்கூட ஒன்னால சொல்ல முடியாது!”

“எதுக்கு அப்டி சொல்லுக?”

"காரணம்னு ஒண்ணு இருந்தாத்தானே சொல்லுவ? ஏன்னா அந்த சண்டைக்கிக் காரணமே கெடையாது!"

"அப்படியா?"

"ஆமா! நல்லா யோசிச்சிப் பாரு!"

மனக்கடிகாரம் பின்னோக்கிச் சுழன்றது.

அத்தியாயம் 8

ஆணாதிக்கத்தின் அனத்தல்

ஆண்டு 2010.

அது ஒரு மழைக்காலம். அவளுக்கு நான் வாங்கிக் கொடுத்திருந்த சிம் கார்டு தொடர்ச்சியாக சுவிட்ச் ஆஃப் செய்யப் பட்டிருந்தது. எத்தனைமுறை முறுக்கிக் கொண்டு திரிந்தாலும் கூட இந்த ஆண் ஜென்மங்களை மாதத்தில் ஒருமுறையாவது மண்டியிடச் செய்யும் ஒரு புதைகுழி பெண்களிடம் உண்டு. அதுதான் அவர்களின் கன்னக்குழி. கர்ப்பக் குழிக்குள் பிறந்து சவக்குழிக்குள் போவது வரைக்கும் குழிகளைத் தேடிப் போய் அதில் வீழ்வதுதான் ஆண்களின் குணம்.

ஆம்! அவளின் கன்னக் குழிகளைக் கண்களால் கண்டு முழுதாக ஏழு நாட்கள் ஆகிற்று. அதுவரைக்கும் தினமும் முப்பது போன்கால்கள் செய்து பேசிவிடும் அவளிடம் இருந்து இத்தனைப் பெரிய இடைவெளியை நான் எதிர்கொண்டதேயில்லை. அதற்குக் காரணமும் நான்தான்.

அதற்கு ஒருவாரம் முன்னர் எனக்கு ஃபோன் செய்து, நகரிலிருந்து பத்து கிலோமீட்டரில் இருந்த கல்லூரியில் எம்.சி.ஏ படிக்கப் போகிறேன் என்று சொன்னாள். மேலும் ஒரு டூவீலர் வாங்கப் போகிறேன் என்றும் சொன்னாள். இரண்டுக்குமே எனக்கு ஒப்புதலில்லை. நான் ஏன் அதற்கு ஒப்புக் கொள்ள வேண்டும்? அவள் எப்படித் திமிர்த்தனமாக முடிவெடுக்கலாம்? என்று பல்வேறு கேள்விகள் என்னிடம் இருந்தாலும் அவளிடம் ஒரே ஒரு கேள்விதான் இருந்தது.

"நாம் படிக்கதுக்கும், வண்டி வாங்குகதுக்கும் எதுக்கு ஓங்கிட்ட உத்தரவு கேக்கணும்?"

"கேட்டுத்தான் ஆவணும்?"

"அதான் யாம்னு கேக்கென்?"

“நீ படிச்சி முடிக்க மூணு வருசம் ஆவும்! அதுவரக்கிம் என்னால காத்திருக்க முடியாது! போதாக்கொறைக்கி அங்க வரைக்கும் நீ டூவீலர்ல போறத நா அனுமதிக்க முடியாது?”

“நீ யாருடே என்னய அனுமதிக்க மயிறாண்டி?”

“நாந்தாம்ட்டி ஒன்னிய கலியாணம் பண்ணிக்கப் போறவேன்!”

“கலியாணம் பண்ணிக்கப் போறவந்தானே....? இன்னும் கலியாணம் பண்ணிக்கிடலல்லா? அதுக்குள்ள பெரிய மாப்புள மாதிரி ஆர்டரு மயிரு போடுக?”

“அப்டித்தாம்ட்டி ஆர்டர் போடுவேன்!” (கத்தினேன்)

“இப்போ என்னத்துக்கு சத்தம் போடுக? எனக்குக் காது நல்லா கேக்கும்!”

“நீ படிக்கப்படாது! வண்டி வாங்கக் கூடாது!”

“எனக்க பப்பா படிக்க வைக்காரு? சக்கரஞ் செலவு செஞ்சி வண்டி வாங்கித் தராரு! ஒனக்கென்னல?”

“அப்ப ஒனக்க அப்பனையே நல்லதொரு ஓட்ட உருவத்தப் பாத்து கலியாணமும் பண்ணி வைக்கச் சொல்லு! என்னைய உட்டுரு!”

லைன் கட்டானது. அதுதான் அவளோடான கடைசி உரையாடல். ஏழுநாட்களாய் அவளைக் காணாமல் மூளை தவித்தது.

எனக்கொரு ராசி உண்டு. நான் யாரையெல்லாம் காதலிக்கிறேனோ அந்தக் காதலிகளை விடவும் அவர்களின் அம்மாக்களால் அதிகம் காதலிக்கப் படுவேன். அவளது வீட்டு லேண்ட்லைன் ஃபோனைத் தொடர்பு கொண்டு அவளது அம்மாவிடம் அவளைக் குறித்துக் கேட்டேன். அவள் பணக்குடிக்கு அவளது மாமா வீட்டுக்குச் சென்றிருப்பதாகக் கூறினாள். அங்குள்ள தொடர்பு எண் கிடைத்தது.

ஒரு குவார்ட்டரை எடுத்து சாத்திவிட்டு அந்த நம்பருக்கு டயல் செய்தேன். மறுமுனையில் ஒரு பெண்ணின் குரல், “அலோவ்!”

நான், “ஆங்... பணக்குடி போலீஸ் ஸ்டேசனா அலோ?”

“இல்ல அலோ!”

“இல்லல்லா...? அப்பம் அந்த ஃபோன மார்சியாகிட்டக் குடும்மோ!”

"யாரு நீங்க?"

"நீ யாரும்மாளூ?"

"நீங்கதாம் போன் போட்டிய? நீங்கதாஞ் சொல்லணும்?"

"நாந்தா ஜேம்ஸ்பாண்ட் நாட் நாட் செவன் பேசுகேன்!"

"வெளையாடப் புடாது! ஆமா!"

"யாம்னா நீ எனக்க கொளுந்தியால்லா? ஒங்கிட்ட வெளையாடுகதுக்கு? மார்சியாகிட்ட ஃபோனக் குடுக்கியா இல்லியாட்டி?"

"எட்டி வாட்டின்னு சொன்னா மூஞ்சி ஒடஞ்சிரும்லே ஒனக்கு!"

"ஆமா ஒரு மாதிரி ஒடச்சி கெடந்துருவா? மார்சியாக்கிட்ட போனக் குடு மரியாதையா!

"பேரச் சொன்னாத்தா ஃபோனக் குடுக்க முடியும்!"

"எம் பேரு குணா! ஃபோன அவக்கிட்டக் குடு!"

"குணாவா? அப்டினா யாரு?"

"ஒங்கம்மைக்க மாப்ளை! ஃபோன அவகிட்ட குடுட்டீ!"

வயிற்றுக்குள் கிடந்த நெப்போலியன் கொதித்துப் போனார். அங்கு ஒரே நிசப்தம். போன் கைமாறியது, மீண்டும் ஒரு பெண்குரல்,

"ஹலோ!" - இது மார்சியா.

(எப்போது அந்தக் குரலைக் கேட்டாலும் என்னுடைய மனம் பியர்ல்ஸ் சோப்பைப் போலக் கரைந்து விடும் என்றாலும் கூட அந்தச் சூழலில் இறுமாப்பைக் கைவிடக் கூடாது என்பதால் மனம் ரின் சோப்பு போல இறுகிக் கிடந்தது)

"ஹலோ! யாருட்டீ அது? இதுக்கு முன்னுக்க பேசுனது?"

"எனக்க மாமாக்க மவ ஸ்டெல்லா?"

"ஒனக்கு ஃபோன் அடிச்சா என்ன மயித்துக்கு அந்த நாயி எடுக்கு?"

"அவ வீட்டு லேண்ட்லைனுக்கு ஃபோன் அடிச்சா அவதா எடுப்பா?"

(கிர்ர்ர்ர்ர்ர்ர்ர்ர்ர்ர்ர்ர்ர்)

"அது... அதுவந்து....!"

"என்னன்னு சொல்லு! நேரமாச்சி!"

"யாம்ட்டீ! கடல்ல தீயணைக்கப் போறியா?"

"நா எங்கயோ போறேன் ஒனக்கென்ன? வளவளன்னு சலம்புனீன்னா ஃபோன கட் பண்ணிருவேம் பாத்துக்கா?"

"கட் பண்ணிட்டி போட்டீ அந்தால! பெரிய திருவாங்கூர் சமஸ்தானத்து மகாராணி? இவுளுக்க குண்டிக்க பொறத்தால வந்து லைன் கட்டி நிக்காவ? பெரிய மைராட்டீ நீ?"

மறுமுனையில் ஃபோன் துண்டிக்கப் பட்டது. நான் என்னுடைய மொபைலையே பார்த்துக் கொண்டிருந்தேன். நாம் ஒருவரை நிராகரிக்கும்போது வரும் வலியைவிடவும், அதுவரையிலும் நம்மை நிராகரித்திராத ஒருநபர் நம்மை முதன்முதலில் நிராகரிக்கும்போது வரும் வலி பெரிது. அதற்குப் பெயர்தான் திமிர்.

எத்தனையோ தடவை சண்டை போட்டுக் கொண்டு நான் கட் பண்ணினாலும், அவளே என்னைக் கூப்பிட்டு சமாதானப் படுத்துவாள். நான் பெரிய புடுங்கி மாதிரி ஃபோனை எடுத்து குதர்க்கமாகப் பேசுவேன். அப்புறம் அவள் அழுவாள். நான் சமாதானமாவேன். அப்புறம் குவாட்டரை சாத்திவிட்டு சுய கழிவிரக்கத்தில் நான் அழுவேன். என்னை சமாதானப் படுத்துவாள்.

ஆனால் அன்றைக்கு நிலைமை அப்படியிருக்கவில்லை. ஒரு மணிநேரத்துக்கும் மேலாகி விட்டது. அவளிடமிருந்து எந்த வெள்ளைக்கொடி அசைப்பு அழைப்புகளும் வரவில்லை. எனக்குக் கலக்கமும், கோபமுமாகி விட்டது. மீண்டும் அந்த எண்ணுக்கு அழைத்தேன். யாரும் எடுக்கவில்லை. மீண்டும் மீண்டும் அழைத்தேன். அட்டெண்ட் செய்து மறுமுனையில் ஒரு கனத்த குரல்,

"யாருலே அது?"

"..............................!"

(என்னிடம் இப்படியொரு கனத்த மவுனம் உறைந்து கிடக்கும் என்று நான் கனவிலும் நினைக்கவில்லை)

"கேக்கம்லாம்டே! ஆருடே பேசுகது!"

"அது.... வந்து.... சார் வீட்ல ஃபோனு ரிப்பேர்ன்னு சொல்லியிருந்தீயல்லா?"

"அந்த ஃபோனுலதானே பேசிக்கிட்டிருக்க? ரிப்பேரான ஃபோனுல எப்புடி பேசமுடியும்டே?"

"அதத்தாஞ் சரி பண்ணிக்கிட்டு செக் பண்ணுகேன்! ஒழுங்கா ஒர்க் ஆவுகுல்லா சார்?"

"எது ராத்திரி பதினொரு மணிக்கா செக் பண்ணுவிய?"

"இது பெட்ரோல் பங்கு சேகர் அண்ணன் வீடுதானே!"

"வெட்டுக்குத்திய எடுத்துட்டு வந்து நடுமண்டையில வெட்டிப் புடுவேந் தா...ளி!"

நான் ஃபோனைக் கட் செய்தேன். நல்லவேளையாக அந்த வீட்டில் காலர் ஐ.டி இல்லாததால் என்னுடைய மண்டை தப்பியது. காதல் கூட்டில் கடந்தை புகுந்தது போன்ற உணர்வு.

வீட்டுக்கு வந்து படுத்த போது மணி பன்னிரெண்டு. நள்ளிரவில் மீண்டும் அந்த நம்பரிலிருந்து ஒரு ஃபோன்கால், நான் பேயைப் பார்த்தது போல ஆகிப் போனேன்.

'சரிதான்! சொன்னதுபோலவே வெட்டுக் குத்தியோட வந்துட்டானோ'

நான் படுக்கையில் இருந்து எழுந்து போய் அப்பா அம்மாவின் கால்மாட்டில் நின்று கொண்டு அழுதேன். அவர்கள் இருவரும் நல்ல உறக்கத்தில் இருந்தார்கள். நான் மானசீகமாக மனம் கசிந்து அழுதேன்,

'எம்மா! எப்பா! உங்களுடைய ஒரே பிள்ளையை எவனோ ஒருபாவி இன்று நடுரோட்டில் வைத்து நடுமண்டையைப் பிளந்து கொல்லப் போகிறான்! என் மரணத்திற்குப் பிறகு என்னைத் தேடாதீர்கள் எனதருமைத் தாயே தந்தையே! கிறிஸ்துவே இந்த ஏழைப் பாவியின் பாவங்களை மன்னியுமய்யா! ஹாலேலூயா!'

மனம் வெதும்பி தேம்பினேன். என்னுடைய கண்கள் கண்ணீரால் நிறைந்து, தென்னைமரத்தில் கொழுப்பெடுத்து ஏறிவிட்டு இறங்கத் தெரியாமல் பொத்'தென கீழே விழும் சாரைப் பாம்பைப் போல என் அம்மாவின் கால்களில் ஒருசொட்டு விழ அம்மா திடுக்கிட்டு விழித்தாள்.

“என்னடே இன்னேரத்துல இங்க வந்து முட்டி போட்டு நிக்கிய?”

“ஒண்ணுமில்லம்மா!”

“சொல்லு! கண்ணுல யாம்டே தண்ணி நிக்கி? நட்டாராத்திரில எந்திச்சி மூஞ்சி கழுவியிருக்க? என்ன விசேசம்?”

“சும்மாத்தான் நிக்கேன்!”

கண்ணீர் சொட்டுச் சொட்டாய் விழுவதைக் கண்ட அம்மா மீண்டும் என்னிடம்,

“என்னப்போ அழுவா செய்ய?”

“இல்லம்மா!”

“அப்போ கண்ணுல தண்ணி வருகே?”

“அதுக்கு வேற வேல மயிரு இல்லம்மா!!”

“இங்க வந்து எதுக்குடே முட்டிபோட்டு நிக்க?”

“கண்ணீரோட ஜெபிக்கேன்!”

“யாரு நீயா? எங்க ஜெபிக்கிய மூஞ்ச பாப்போம்?”

“..........................”

“நடுராத்திரில என்னடே பிரச்சன ஒனக்கு?”

“எம்மோ! என்னைய கொல்லப் போறானுவோ?”

“ஒன்னையவா? யாரு?”

“மார்சியாக்க மாமா!”

“அவேன் எதுக்கு ஒன்னய கொல்லணும்? சண்ட கிண்ட போட்டியா?”

“இல்ல!”

“அப்பொறமென்ன? நீ போய்ப் படு! ஒங்கப்பனத் தாண்டி எவே வந்து ஒன்னயக் கைய வைக்காம்னு பாக்கேன்!”

அப்பா விழித்து விட்டார்,

“ம்க்கும்! அம்மையும் மொவனும் ஊர்க்குப்பைய அள்ளித் தலைல வீசிக்கிட்டு எனக்க தலைய உருட்டுங்க! இனி நடுரோட்டுல நா வெட்டு வாங்கிட்டு கிடக்கேன்!”

(அவரவர் உயிர்ப்பயம் அவரவர்க்கு)

நான் சத்தமாக ஒப்பாரி வைக்கவே அம்மா என்னிடம், “லே குடிச்சிருக்கியா?”

“இல்லம்மோ.................ஓவ்!”

“நாயி குடிச்சீட்டு வந்து நடுராத்திரில ஒப்பாரி வைக்கி... நீ கெடந்து தூங்குளா!” என்றவாறே அப்பா கடுப்பானார்.

“உங்கள் இரண்டுபேரது பெயர்களில் மாத்திரமே இருதயம் உள்ளது! நிஜத்தில் நீங்கள் இருவரும் கல்நெஞ்சர்கள்!” என்றேன். அம்மா உறுதி செய்து கொண்டாள், “நாயி குடிச்சிட்டுத்தான் வந்து நிக்கி! என்னிக்கி உருப்புடுமோ?”

என்னுடைய அறைக்குள் ஃபோன் அடித்துக் கொண்டேயிருந்தது. அம்மா சொன்னாள், “இந்த ராத்திரில யாருடே கெடந்து நையிநையின்னு உருட்டுகது?” என்றவாறே ஃபோனை எடுக்கப் போனாள்.

நான் தடுத்தேன், “எம்மா! எடுக்காத! வெட்டுக்குத்திய தூக்கிட்டு வந்துருவானுவோ!”

“வெட்டுக்குத்தியா? எந்த நாயி வருகுன்னு நா ஒண்ணு பாக்கட்டும்!” என்று சொல்லிய படியே ஃபோனை அட்டெண்ட் பண்ணி, “ஹலோ! யாருவே அது! எம்புள்ளைய வெட்டுவம்’னு சொன்னது! அவ்ளோ கர்லூக்கம் உள்ளவேன் நேர்ல வாலே கொப்பனுக்குப் பொறந்தவே!”

மறுமுனையில் யார் பேசினார்களோ தெரியாது. அம்மா மீண்டும், “ஏம்மா! ராத்திரி நேரத்துல பொம்பளப் புள்ளைய மரியாதிக்கி படுத்துத் தூங்கப் புடாதா? இந்த நேரத்துல எதுக்கு ஒரு பையனுக்கு போனு போட்டு பேசுகீய?”

எனக்கு ஷாக் அடித்தது. ‘மார்சியாவாகத்தானிருக்கும்!’ ஆனாலும் ஒரு சந்தேகம் எழுந்தது. ‘ஆனால் மார்சியாதான் அம்மாவிடம் பேசுவாளே? அம்மாவும் மறுமுனையில் இருப்பது மார்சியாதான் என்றால் இப்படி பதிலளிக்க மாட்டாளே? இது ஏதோ ஒரு

கல்பிரிட்தான்!' என்பது எனக்குப் புரிந்தது. நான் ஓடிப்போய் அம்மாவிடம் ஃபோனை வாங்கிக் காதில் வைத்து,

"ஹலூ! யாரும்மோ அது?"

"யாரு குணாவா?"

கிசுகிசுப்பாகக் கேட்ட அந்தக் குரலில் ஒரு அப்படியொரு அட்டகாசமான வசீகரம்.

"ஆமா! நா குணாதான்! நீங்க?"

"நா ஸ்டெல்லா பேசுகேன்!"

"ஸ்டெல்லாவா? யாருடே அது?"

"நா மார்சியாவுக்க....."

"மார்சியாவுக்க ஆச்சியா?"

"இல்ல மார்சியா எனக்கு மயினி!"

"அதுக்கு இப்ப நா என்ன செய்யணும்?"

"ஒண்ணுஞ் செய்யாண்டாம்! ஒங்களுக்கும் மைனிக்கும் என்ன சண்ட?"

"சண்ட கூட்டமெல்லாங் கெடையாது! யாங் கேக்குத?"

"உங்ககிட்ட பேசமாட்டாளாம்! ஒங்களுக்கு வேற ஒரு பொண்ணு கூட கலியாணமாம்!"

"யாரு சொன்னா?"

"மார்சியா மைனிதாஞ் சொன்னா!"

"அவளுக்கு மண்டைக்கி வட்டு!"

"இல்ல! அவ காலேஜில அட்மிஷன் போட்டுகிட்டு நேரா இங்கதான் வந்தா! அடுத்த திங்கக் கெழம காலேஜி ஒப்பனிங்!"

"என்னது காலேஜில அட்மிஷன் போட்டாச்சா? எந்தக் காலேஜி?"

"வின்ஸ் காலேஜி, சுங்காங்கடை!"

எனக்குக் கோபம் தாங்கவில்லை. "யாருகிட்ட கேட்டுகிட்டு அட்மிஷன் போட்டா?"

“அத அவுக அம்மைகிட்டதாங் கேக்கணும்!”

“சரி! நீ எதுக்கு இப்போ கூப்டுருக்க?”

“இல்ல! சும்மாத்தாங் கூப்டென்!” (அவளது குரலில் ஒரு குழைவு)

“சும்ம கூப்டியா? பிளஸ்சென்னல் ஓனரு யாரு ஓங்கப்பனா?”

“நானும் வின்ஸ் காலேஜிலதாம் படிக்கேன்!”

“படிச்சிட்டுப் போ! எனக்கென்ன?”

“இல்ல... நா ஒங்கள பாத்துருக்கேன்! நீங்க ரெம்ப அழகா இருக்கீய?”

“நெசமாத்தான் சொல்றியாடாவ்?” (எனக்குள் இருந்த கோழி விழித்துக் கொண்டது.)

“ஆமா! எங்க மைனிக்கித்தான் மண்டைக்கி வெளி கெடையாது! நானெல்லா ஒங்கள மாதிரி ஒரு ஃபிகர தரையிலயே வுட மாட்டேன்!”

உள்ளேயிருந்து அம்மாவின் சப்தம் கேட்டது, “எலேய் மாங்கொட்ட மண்டையா! இன்னும் ஒறங்கலையா? அங்க என்ன கொர கொர? வந்து படுத்துத் தூங்குலேய்!”

போனின் மறுமுனையில் “கிக்கிக்கி” என்றொரு எகத்தாளமான இளிப்பு சப்தம் கேட்டது. ‘சை! இந்தம்மைக்கி என்னைய யாருக்கிட்டயாவது கேவலப் படுத்தலைன்னா தண்ணி தொண்டைக்குள்ள எறங்காது!’

ஸ்டெல்லா மறுமுனையிலிருந்து கேட்டாள், “ஒங்களுக்கு இப்பந் தூக்கம் வருகா? என்கிட்ட கொஞ்சம் பேசுவீயளா?”

‘ஆஹா..............ஹ்!’ காதிலேயே போனை வைத்துக் கொண்டிருந்தபோது மறுமுனையிலிருந்து மயிலிறகால் மண்டையில் தடவுவது போல ஒரு ‘ஏ’காந்தக் குரல்.

“உங்ககிட்டதான் பேசுகென்! மார்சி மைனி இல்லன்னா என்ன? நா இருக்கேன் ஒங்களுக்கு!”

எனக்கு ஒரே குழப்பம். ‘ஒரு குடும்பத்திலிருந்து வந்த ஒரு சிலுவையையே நம்மால் சுமக்க முடியவில்லை. இதில் இன்னொன்றா இறைவா?’

நான் அவளிடம், "ஏம்மா தாயே! நா ஒனக்க மைனிக்க லவ்வர்! அவளுக்க மொறப்படி நீ எனக்குத் தங்கச்சியாக்கும்! நமக்குள்ள செட்டாவாது! இனி அந்த நெனப்ப கைவிட்டுரு!"

அவள் அந்தப் பக்கத்திலிருந்து கொண்டு தேம்பித் தேம்பியழும் சப்தம் கேட்டது. நான் திடுக்கிட்டு, "ஏம்மா அழுவா செய்யா?"

"ம்ம்ம்.....ஊ.............!"

"மொத்தமா ஒரு மூணு நிமிசம் என்னைய காதலிச்சிருப்பியா? ஒனக்கே இவ்ளோ வெப்புராளம் வருகே? ஒட்டு மொத்தமா மூணர வருசம் ஒனக்க மைனிக்க பொறத்தாலயே நடந்தேன்! இந்தா ஒங்க வூடு பணக்குடியில வந்து கெடக்கா! அவளேதான் வந்தா! இன்னைக்கி அவளே போறேங்கா! நாந்தாம்மோ அழணும்! நீ என்னத்துக்கு அழுவுத?" என் கண்ணில் நீர் பாய்ந்து வழிந்தது.

"இல்ல... நீங்க எவ்ளோ நல்லவரு!"

நான் திடுக்கிட்டு சுற்றுமுற்றும் பார்த்தேன். நல்லவேளையாக யாரும் கேட்டுவிடவில்லை.

"அ... அ.... அதுக்கு?" என்று நான் தடுமாறினேன். நம்மை யாராவது 'நல்லவன்' என்று சொல்லும்போது அதை முழுமையாக ஏற்றுக் கொண்டு அந்த வார்த்தைக்குள் நம்மைப் பொருத்திக் கொள்ள நினைக்கும் போதுதான் சிங்கக் குகைக்குள் நத்தை நுழைவது போன்ற சூழல் உருவாகும். நத்தைக்கோ சிங்கத்துக்கோ ஒருவரையொருவர் பரிச்சயம் இல்லாமல் ஆளுக்கொரு மூலையில் தனித்தனியாக் கிடப்பதுதான் உலகமகா சோகம். சிங்கத்தின் கண்களுக்கு நத்தை ஒரு கூழாங்கல். நத்தையின் கண்களுக்கு சிங்கம் ஒரு கற்பாறை. அவ்வளவுதான்!

வாழ்க்கை ஒரு காயலாங்கடை! அது என்னை ஒரு நெளிந்த பித்தளை சொம்பாக மாற்றி என்னுடைய காதலிகளிடம் எடைக்குப் போட்டு பேரீச்சம் பழங்களைப் பெற்று, அதை எனக்கே தருவதை வாடிக்கையாகக் கொண்டிருந்தது. அந்தப் பழங்களை நான் பாலிடாயிலில் தோய்த்து உண்ணுவதை வாடிக்கையாக்கிக் கொண்டிருந்தேன். மயிரே மாத்திரம்!

ஸ்டெல்லா தொடர்ச்சியாகப் பேசிக் கொண்டிருந்தாள். மார்சியா இருந்த இடத்தில் இன்னொருத்தி இருப்பது குறித்த லஜ்ஜையில்லாமல் நான் அவள் பேசுவதைக் கேட்டுக் கொண்டிருந்ததற்கு ஸ்டெல்லா

மார்சியாவின் ரத்தபந்தம் என்பதும் ஒரு முக்கியமான காரணியாக இருந்தது. அப்போது மணி ரெண்டரை.

"குணா!"

"சொல்லு டார்லிங்!"

(இதைக் கேட்டதும் அவளது குரலில் ஒருவித வெட்கம்)

"இப்ப என்ன சொன்னீய?"

"சொல்லு டார்லிங்'னு சொன்னேன்!"

"டார்லிங்கா?"

"ஆமா டார்லிங்!"

"கொஞ்ச நேரத்துக்கு முன்ன சகோதரின்னு சொன்னீங்க?"

"ஆமா சொன்னேன்! மார்சியாவுக்கு நீ மாமா பொண்ணுன்னா அவள கட்டிக்கப் போற எனக்கு நீ தங்கச்சிதானே வேணும்?"

"அப்புறம் எதுக்கு டார்லிங்'னு சொன்னீங்க?"

"எங்க அம்மாவையும் டார்லிங்'னுதான் சொல்லுவேன்!"

"அப்டியா? அப்போ எந்த வார்த்தைக்கி ஸ்பெஷலா எந்த அர்த்தமும் இல்லியா?"

"இருக்கு!"

"என்ன?"

"போன வாரம் பக்கத்து வீட்டு நிரோஷா ஆண்ட்டி என்னையப் பாத்து 'டார்லிங்'னு சொன்னதை அவளோட பொண்ணு மிட்டி அவ அப்பாகிட்ட சொல்லிக் குடுத்து, அந்த அங்கிள் நிரோஷா ஆண்ட்டிய போட்டுப் பொளந்ததை நா எங்கண்ணாலக் கண்டேனே? ஸ்பெஷலா இல்லாமலா?"

"நீங்க பெரிய ஆளுதான் இல்லியா?"

"வெளில அப்டிதான் சொல்லிக்கிட்டு திரியேன்! ஆனா வீட்டுல யாரும் நம்ப மாட்டுக்காங்க!"

"குணா!"

"சொல்லு ஸ்டெல்லா!"

“நா ஒண்ணு சொன்னா கோச்சிக்க மாட்டீயல்லா?”

“கோவிக்கணுமா வேண்டாமான்னு நீ சொன்னப்புறம் தீர்மானிச்சிக்கிடலாம்!”

“ஐ லவ் யூ!”

“ஹா.................வ்! நா படுக்கப் போட்டா? மணி ரெண்டே முக்கால் ஆவுகு! காலைல அப்பாக் கூட பல் ஆஸ்பத்திரிக்கிப் போவணும்!”

அவளது குரல் கம்மியது, “ஒரு பொண்ணு நான்! நானே வாயத் தொறந்து ‘ஐ லவ் யூ’ சொல்லுகேன்! நீங்க கொட்டாவி விடுறீய?”

“உங்க மைனி எங்கிட்ட ‘ஐ லவ் யூ’ சொன்னதுக்கே இன்னும் விடை தெரியல! இதுல நீயுமா? போதும்டே ஒங்க கெழங்கவிப்பு! ஹா.........வ்!”

அவள் குரல் பழுதடைந்து தழுதழுத்தது, “நா ஒண்ணும் மார்சியா மைனி மாதிரியெல்லாங் கெடையாது கேட்டேளா? அவள விடவும் அழகு! உங்கள அவ்வளவு சீக்கிரமா எல்லாம் விட்டுட்டுப் போயிர மாட்டேன்!”

“இந்த மயிரத்தா ஒனக்க மயினி கெடந்தவளுஞ் சொன்னா! ஒன்னிய எங்கயும் வுட்டுகிட்டு போவ மாட்டேண்டோவ்’ன்னு... இப்ப நாயி செத்துட்டு பாத்தியா?”

“அவ கெடக்கா! ரெட்ட நாக்கு நாயி! நானெல்லாம் உங்கள அவ்ளோ சீக்கிரம் தரையிலயே விடமாட்டேம்!”

“அதானம்மா பிரச்சனையே? சீக்கிரம் வுட்டுத் தொலச்சிட்டு போயிருந்தா நா இங்கா வரைக்கும் வந்து கண்ட நாயிக்கிட்டயெல்லாம் பேச்சு வாங்கியிருக்க மாட்டம்லா?

“நீங்க எங்கப்பாவதான நாயின்னு சொல்லுதீய?”

“அத எப்டி சட்டுனு கண்டு புடிச்ச?”

“எங்கம்மாவே அப்டித்தாஞ் சொல்லுவா?”

“சரி விடு! கலியாணங் கழிஞ்சிட்டாலே ஆம்பளைகள் நாங்க நாய்கள்தானே?”

“அப்படியெல்லாஞ் சொல்லாதீங்க! நா இருக்கேன் உங்களுக்கு?”

“சரிடாவ்வ்வ்!”

அவளின் இந்த வார்த்தைகள் எனக்கு மிகவும் ஆறுதலாக இருந்ததால் நானும் அவளைக் காதலிக்கத் துவங்கி விட்டேன். இந்த ஆண்களின் காதல் என்பது முந்தைய காதலின் முடிவில் துவங்கி, பழைய காதலிகளைக் கழுவி ஊற்றிவிட்டு, புதுக்காதலிகளின் காதுகளில் கடுக்கன்களாய்த் தொங்கிக் கிடந்து, பழைய காதல் தோல்விகள் குறித்த கழிவிறக்கங்களை அவர்களது காதுகளில் பாய்ச்சிக் கொண்டே இருப்பதுதான். இந்தக் காரியங்கள்தான் தங்களுடைய எல்லாக் காதல்களின் முடிவு என்பது திருமணம் ஆவது வரைக்கும் தெரியாமல், 'இந்தப் பெண்கள்தான் எங்களுடைய தோல்விகளின் முழுமுதற் காரணம்!' என்று சொல்லிக் கொண்டே குடித்துக் குடித்து வாழ்ந்து முடிப்பதுதான் ஆண்களின் வெற்றி.

"குணா!"

"சொல்லுடா செல்லக் குட்டி!"

"நா இனிமே உங்கள எப்டிக் கூப்புடணும்?"

"உனக்க மைனி என்னைய ஆமைவாயம்'னு கூப்புடுவா! அவகிட்டயே கேளேன்! நல்லதா பேரு ஒண்ணு சொல்லித் தருவா!"

"அய்யோ! நா உங்ககிட்ட பேசுகது மட்டும் அவளுக்குத் தெரிஞ்சா அவ்ளோதான்!"

"மயித்தப் புடுங்குவா! அவளா என்னைய பெத்தா! சொந்தங் கொண்டாடுகதுக்கு? நீ பேசுடா செல்லக் குட்டி!"

"அப்டியா சொல்றீய!"

"ஆமாடா! என்னோட செல்லக் கண்ணுக்குட்டி!"

"ஹை ஜால்... லீ! இனிமே நா உங்கள புஜ்ஜுக் குட்டின்னுதாங் கூப்புடுவேன் !"

"மொளகா பஜ்ஜின்னு கூட கூப்புடு! எந்த நாயி கேக்கப் போகு?"

"அப்புறம் சொல்லுங்க என்ன விஷேஷங்கள்?" (ஸ்வீட் நத்திங்ஸாம்)

"இங்க என்ன விசேசம்? ஒண்ணுமில்ல!"

காதல் என்பது ஒரு டேபிள் ரோஸ் செடி போன்றது. எங்கிருந்து வேண்டுமானாலும் ஒரு காம்பைக் கிள்ளிக் கொண்டு தொட்டியில் வைத்தாலும்கூட மறுநாளே வளர்ந்து ஒரு பூவைப் பெற்றுத் தந்துவிடும். அப்போது மணி அதிகாலை மூன்றரை மணி.

"மனசு ரொம்ப பாரமாயிருக்கு ஸ்டெல்லாக் குட்டி!"

"என்ன ஆச்சிடா செல்லக் குட்டி?"

உரையாடலின் இடையே நான் லேசாக அயர்ந்து தூங்கி கொண்டிருந்தவேளையில் என்னை 'டா' போட்டு ஒருமையில் விளிக்கும் அதிகாரத்தைத் தாமாகவே கையில் எடுத்திருந்தாள் ஸ்டெல்லா.

இந்தப் பெண்கள் எல்லாருமே இப்படித்தான். காதலர்களை 'ங்கோ...தா! ங்கொ...மா!' என்று கேட்பதைக் கூட ராகமாக இசைத்துப் பாடுவதில் வல்லவர்கள். காதல் மயக்கத்தில் இந்த ஆண் முண்டங்களின் காதுகளில் அவைகள் விழுவதில்லை.

அதே காதல் கைதவறிக் கீழே விழும்போது இந்த ஆண்கள் தோல்வியின் உச்சத்தில் அதே 'ங்கோ...தா ங்கொ...மா' வைச் சொல்லிக் காதலிகளை நோக்கிக் கதறும்வேளைகளில் மேற்படிக் காதலிகள் தங்கள் காதுகளில் ஹெட்போன் மாட்டப்பட்டு இனிய காதல் பாடல்கள் கேட்கப்படும். அந்த வார்த்தைகள் எதுவும் காதலிகளின் காதுகளில் விழுவதுமில்லை. விழுந்தாலும் கூட அதை ஒரு கழுதை விட்டையைப் போலவே பாவித்துக் கடந்து சென்று விடுவார்கள்.

நான் அவளிடம், "ஸ்டெல்லாக்குட்டி! மார்சியா என்ன செய்யா?"

"அந்த நாயி வாயப் பொளந்து கொறட்ட வுட்டு தூங்கிட்டு கெடக்கு! அவள விடுமா! உனக்கு ஏன் மனசு பாரமா இருக்குனு சொல்லுக? எனக்குக் கேக்கவே சங்கடமா இருக்கு!"

"ஒண்ணுமில்ல! எல்லா அந்த நாய நெனச்சாத்தாங் கவலையாயிருக்கு!"

"நீ ராத்திரி தூங்குகதுக்க முன்ன பைபிள் படிச்சியா புஜ்ஜிமா?"

"இல்ல செல்லம்! யாங் கேக்குத?"

"யாம் படிக்கல?"

"அதா நா இன்னும் தூங்கவே இல்லியே?"

"சரி நா ஒரு பைபிள் கத சொல்லுகெங் கேளு! அப்புறமா செல்லத்துக்குத் தூக்கம் வந்துரும்!"

“ம்ம்ம்... பைபிள் கதைன்னா கண்டிப்பா தூக்கம் வந்துரும்! சொள்ளு!”

அவள் சொல்லத் துவங்கினாள், “இவ்விதமாக வானமும், பூமியும், அவைகளின் சர்வசேனையும் உண்டாக்கப் பட்டுத் தீர்ந்தன. ஆதியாகமம் 2ஆம் அதிகாரம், ஒண்ணாம் வஜனம்!”

“எம்மாளு கதையச் சொல்லுவேன்னு பாத்தா பைபிள் படிச்சிட்டு நிக்க? இதுக்கு எங்கம்மையே கொள்ளாம்!”

“இருடா குண்டூஸ்! கதையாவே சொல்லுதேன்!”

“பூமி, வானம் மட்டுமில்லாம எல்லா ஜீவராசிகளையும் படச்சிக்கிட்டு கடவுள் ஏழாமத்த நாளு ஓய்வெடுத்தாரு!”

“சரிடாவ்!”

“குறுக்க பேசாத குணாம்மா! அப்பொறம் நா மறந்துருவெம் பாத்துக்கா!”

“ஓக்கேடாவ்!”

“ஏழாம் நாளுன்னா ஞாயற்று கெழம! அதுனாலதான் நமக்கெல்லாம் காலேஜிக்கி நாயற்றுக் கெழம லீவு உடுகாவ!”

“ஓ அதுதான் வரலாறு இல்லியா? நாங்கூட சனிக்கெழம லீவுல ஊரச் சுத்திட்டு ரெஸ்ட் எடுக்கத்தான் சண்டே லீவுன்னு நெனச்சிக்கிட்டு லாந்திட்டு நடந்தேன்! நீ சொல்லித்தான் இந்தக் காரியம் எனக்குத் தெரியும் மக்களே! சொல்லு கேப்போம்!”

“பூமியில அப்போவரைக்கும் எந்தச் செடிகொடியையும், மழையையும் கடவுள் படக்கலை! மனசுலாச்சா!”

“ஓ! நீ சொல்லுகது திங்கக் கெழம காலையில... அதானே? அதுனாலதான் காலேஜில திங்கக்கெழம தோறும் அசெம்பிளின்னு சொல்லி வெயில்ல நிக்க வைக்கானுவளோ என்னமோ?”

“எடையில கேள்வி கேக்காத புஜ்ஜி!”

“சாரிடா செல்லம்! நீ சொல்லுமா!” (நான் தலைக்குக் கையை முட்டுக் கொடுத்து அனந்த சயனத்தில் கட்டையைச் சாய்த்தேன்)

“அப்போ பூமி முழுக்க மூடுபனிதான் இருந்துச்சி?”

“கொடைக்கானல்ல ஒங்க சித்தப்பா வீடு மாதிரி இருந்துருக்கும்! இல்லியா மோளெ?”

“அது எங்க மாமா வீடு! மார்சியா மைனிக்கிதான் அது சித்தப்பா!”

“அட ஆமடே! ஒறவுமொற மாறும்லா? நா மறந்து போயிட்டம் பாத்தியா!”

“நீ கத சொல்ல வுட மாட்டேல்ல புஜ்ஜூ?” என்றவாறே என்னைச் செல்லமாகக் கடிந்து கொண்டாள். புதுக் காதலிகளால் கடிந்து கொள்ளப் படுதல் இனிது.

நான் நெளிந்தவாறே, “நீ சொல்லம்மாளு! நீ கத சொல்லுகத கேக்கியதுக்கே அம்புட்டு ரசமா இரிக்கி! ஹிஹி! சொல்லு சொல்லு!”

“ம்ம்ம்... தேவனாகிய கர்த்தர் மனுஷனைப் பூமியின் மண்ணினாலே உருவாக்கி, ஜீவசுவாசத்தை அவன் நாசியிலே ஊதினார்!”

“நாசமாப் போச்சி! கடவுள் பண்ணுன மொத தப்பே அதான்! பூமியையும் படச்சி அதப் படையலு வைக்கத்தான் மனுசப் பயலுவள படச்சிருக்காரு பாத்தியாம்மோ...? இதுக்கு பூமின்னு ஒண்ண அவுரு படைச்சிருக்காண்டாம்?”

“ஸ்ஸோ! நீ கதையவே கேக்க மாட்டியாடாவ்!”

(ஹைய்யோ! என்மீது எவ்வளவு அன்னியோனியம் இவளுக்கு? இந்தப் பத்தொன்பது வயதுப் பெண்களிடம் கதை கேட்கும் சுகமிருக்கிறதே? பத்தாயிரம் காதுகள் இருந்தாலும் பத்தாது!)

“நீ சொல்லுடாவ்! நாங் கேக்கியேன்”

“ம்க்கும்... இதைத்தான மொதல்லேர்ந்து சொல்லுக? கதயக் கேளுடா!”

“சொல்லு ஏஞ்சல்!”

“அது யாரு ஏஞ்சல்!”

“நீதான்.... வேற யாரப் போயி இந்த அப்பாவி ஜீவன் ஏஞ்சல்ன்னு சொல்லும்! நீதாம்டே இனிமேலாட்டு எனக்கு தேவத!”

“நா உனக்கு தேவதையா டெடிபியர் புஜ்ஜு?”

அவள் அங்கே வெட்கப்பட்டதில் இங்கே என் காதுகள் சிவந்து போனது. 'இது எங்க போயி நிக்கப் போவுதோ? தேவதைன்னு சொல்லிக்கிட்டு வதைக்காம இருந்தாச் சரிதான்!' அவள் கதையைத் தொடர்ந்தாள்,

"மண்ணுலேர்ந்து மனுசனப் படைச்சார் கடவுள்!"

"மண்ணாப் போன பாவிகள்!"

"ஏய்!"

"ஹிஹிஹி! சொல்லு மோன... செல்லம்லா!"

"தேவனாகிய கர்த்தர் கிழக்கே ஏதேன் என்னும் ஒரு தோட்டத்தை உண்டாக்கி, தாம் உருவாக்கின மனுஷனை அதிலே வைத்தார்!"

"தென்னந்தோப்பா? மாந்தோப்பா?"

"வாய மூடிக்கிட்டு இரு!"

"ஓகேய்ய்!"

"தேவனாகிய கர்த்தர், பார்வைக்கு அழகும் புசிப்புக்கு நலமுமான சகலவித விருட்சங்களையும், தோட்டத்தின் நடுவிலே ஜீவவிருட்சத்தையும், நன்மை தீமை அறியத்தக்க விருட்சத்தையும் பூமியிலிருந்து முளைக்கப்பண்ணினார்!"

"பைபிள அப்புடியே எடுத்து வாசிக்கப்புடாது! முக்கியமான பாய்ண்டுக்கு வாடே!"

"இந்தா வாரேன் புஜ்ஜிமா! அப்புறம் தேவனாகிய கர்த்தர் மனுஷனை ஏதேன் தோட்டத்தில் அழைத்துக்கொண்டு வந்து, அதைப் பண்படுத்தவும் காக்கவும் வைத்தார்!"

"வாட்ச்மேன் வேலை? சரியாத்தாங் குடுத்துருக்காரு! யாருக்கு என்ன வேல குடுக்கணும்னு கடவுளுக்குத் தெரியாதா?"

"அப்புறம் கடவுள் அந்த மனுஷனை நோக்கி, நீ தோட்டத்திலுள்ள சகல விருட்சத்தின் கனியையும் புசிக்கவே புசிக்கலாம். ஆனாலும் நன்மை தீமை அறியத்தக்க விருட்சத்தின் கனியைப் புசிக்கவேண்டாம்; அதை நீ புசிக்கும் நாளில் சாகவே சாவாய் என்று கட்டளையிட்டார்!"

“அத ஒடனடியாத் தின்னுப்புட்டுதானே மறுவேல பாப்பானுவோ? இத கடவுள் சொல்லாமலே இருந்துருக்கலாம்!”

“அது அடுத்த சீன்ல வரும்டா!”

“ம் அப்புறமென்ன செஞ்சாரு கடவுள்?”

அப்புறம் கடவுள் “மனுஷன் தனிமையாயிருப்பது நல்லதல்ல! ஏற்ற துணையை அவனுக்கு உண்டாக்குவேன்!” என்றார்!”

“வெளங்காம போச்சி!”

“தேவனாகிய கர்த்தர் வெளியின் சகலவித மிருகங்களையும், ஆகாயத்தின் சகலவிதப் பறவைகளையும் மண்ணினாலே உருவாக்கி, ஆதாம் அவைகளுக்கு என்ன பேரிடுவான் என்று பார்க்கும்படி அவைகளை அவனிடத்தில் கொண்டுவந்தார்; அந்தந்த ஜீவஜந்துக்கு ஆதாம் எந்தெந்தப் பேரிட்டானோ அதுவே அதற்குப் பேராயிற்று!”

“ஹா.... வ்! ம்.... சொல்லுடே!”

“தூக்கம் வருதா செல்லம்?”

“இல்லடா செல்லம்! நீ கத சொல்லுகத கேக்கும்போ தூக்கம் வருமா என்ன? ஹா...........வ்! நீ சொழ்மு!”

“அப்படியே ஆதாம் சகலவித நாட்டுமிருகங்களுக்கும், ஆகாயத்துப் பறவைகளுக்கும், சகலவிதக் காட்டுமிருகங்களுக்கும் பேரிட்டான்; ஆதாமுக்கோ ஏற்ற துணை இன்னும் காணப்படவில்லை!”

“டென்னிசன் டென்சன் ஆயிருப்பானே?”

“கதயக் கேளு புஜ்ஜு! அப்பொழுது தேவனாகிய கர்த்தர் ஆதாமுக்கு அயர்ந்த நித்திரையை வரப்பண்ணினார், அவன் நித்திரையடைந்தான்!”

“சரியான தூங்கு மூஞ்சிப்பயலா இருப்பானோ? ஹா....வ்ழ்”

“ஒழுங்கா சொல்ல வுடும்மா! அப்புறம் கடவுள் ஆதாமின் விலா எலும்புகளில் ஒன்றை எடுத்து, அந்த இடத்தைச் சதையினால் அடைத்தார்! தேவனாகிய கர்த்தர் தாம் மனுஷனில் எடுத்த விலா எலும்பை மனுஷியாக உருவாக்கி, அவளை மனுஷனிடத்தில் கொண்டுவந்தார்!”

"பொறக்கும்போதே ஆம்பளையளுக்க நட்டெல்ல உருவிட்டுத்தான் பொறந்துருக்காளுவோ?"

"குறுக்கப் பேசாதேன்னேன்! அடங்கா மாட்டியா நீ?"

"இனி பேசுனா என்னைய உதட்டால அடி செல்லம்!"

"உதட்டாலயா? அப்டின்னா!"

(முத்தங்களை இப்படிக் கவிதையாகக் கேட்கக் கற்றுக் கொண்ட காலம் அது)

"அதல்லாம் ஒண்ணுமில்ல டார்லிங்! நீ கதையச் சொல்லு!"

"அப்பொழுது ஆதாம்: இவள் என் எலும்பில் எலும்பும், என் மாம்சத்தில் மாம்சமுமாய் இருக்கிறாள்; இவள் மனுஷனில் எடுக்கப்பட்டபடியினால் மனுஷி என்னப் படுவாள் என்றான்!"

"பிளடி பெக்கர்! எலும்ப உருவியும் மண்டைக்கி புத்தி வரல பாத்தியா அந்த நாய்க்கி?"

"இதினிமித்தம் புருஷன் தன் தகப்பனையும் தன் தாயையும் விட்டு, தன் மனைவியோடே இசைந்திருப்பான்! அவர்கள் ஒரே மாம்சமாயிருப்பார்கள்!"

"அதுதாந் தெரியுமே! எங்கப்பா பாட்டியுந் தாத்தாவும் அவுங்க வீட்டுல தனியா பொங்கித் துன்னுட்டு இருக்காங்க! எங்கப்பா எங்கம்மைக்க வூட்டுல வந்து இருக்காரு! எங்க மாமன் அவுருக்க மாமியார் வூட்டுல குடியிருக்கான்! எங்கம்மா பாட்டியுந் தாத்தாவும் இங்கத்தான் இருந்து செத்தாங்க! நாங்க கிறிஸ்தவத்த இதுவரைக்கும் மீறுனதேயில்ல தெரியுமா ஸ்டெல்லாக்குட்டி? கொப்பன...ளியளு"

"நல்ல பிள்ள புஜ்ஜிமா! நமக்குக் கலியாணம் ஆனதும் நம்ம ரெண்டுபேரும் பணக்குடிக்கு வந்துரணும் சரியா?"

"அப்போ எங்கம்மையையும் அப்பனையும் கொளத்துல தூக்கி வீசிருவமா?"

"அதெல்லா வேண்டாம் புஜ்ஜிமா! அவங்க அந்த வீட்டுலயே இருக்கட்டும்! நாம மாசத்துக்கு ஒரு தடவ போயி பாத்துக்கிட்டு வரலாம்! கதைய முழுசா கேளு!"

"சரிடாவ்! ஹா......வ்..........!" என்றவாறே என் வாய் விரிவாகத் திறந்தது. கடவுள் அதை நித்திரையால் நிரப்பினார். ஸ்டெல்லா கதையைத் தொடர்ந்தாள்,

"ஆதாமும் அவன் மனைவியுமாகிய இருவரும் நிர்வாணிகளாயிருந்தும், வெட்கப்படாதிருந்தார்கள் புஜ்ஜீமா!"

"ஐய்யே! ஷேம் ஷேம் பப்பி ஷேம்! (எந்த கடுத்த தூக்கமானாலும் 'நிர்வாணம்' என்ற வார்த்தையைக் கேட்ட மாத்திரத்தில் உற்சாகம் 'எழுந்து' விடும் வயது அப்போது)

"ச்சீ! கதைய கேளுடே!"

'நானும் எத்தனைமுறைதான் தூக்கத்தை மறைப்பது? உறக்கத்துக்குள் மெல்ல நழுவி ஏதேன் தோட்டத்துக்குள் விழுந்தேன்.

அத்தியாயம் 9

சொப்பனத்தில் ஒரு நரகம்

அங்கே மார்சியா நின்று கொண்டிருந்தாள். என்னப்பா இது விநோதம்? கத சொல்லுகது கொளுந்தியா? ஆக்டிங் மைனி? கொள்ளாம்! இனி இவள வேற சமாளிக்கணுமே கர்த்தாவே?' அப்போதுதான் கவனித்தேன்.

"எட்டீ! குளிச்சிட்டு நேரா வந்துட்டியா? ஒரு உடுப்ப எடுத்து உடுத்திக்கிட்டு வந்துருக்கப்புடாது!"

"ஆதாமுக்கும் ஏவாளுக்கும் தங்களோட நிர்வாணமெல்லாம் கிளைமாக்ஸ்லதான் தெரிய வரும்... புரிஞ்சிக்கிடணும்! அதுவரைக்கும் கண்ணைக் கவனமா வச்சிக்க! சீன் பாக்கப் புடாது மனசுலாச்சா?"

"என்னது! சீன் பாக்கனா!"

"ஆமா! கொஞ்சம் கீழ குனிஞ்சி பாரு!"

நான் குனிந்து பார்த்து பிரமித்துப் போனேன். "அய்யே படுக்கும்போது ஜட்டி போட்டுக்கிட்டுத்தானே படுத்தேன்? அதையும் யாரு உருவுனது? ஆதாமுக்க முதுகெலும்பையே உருவுன ஏரியா? நமக்க கோமணம் வெளங்குமா?"

மேலும் எனது இடுப்பினருகில் ஒரு தையல் போடப்பட்டிருந்ததைக் கண்டு மார்சியாவிடம் கேட்டேன்,

"இதென்ன தையலு? எனக்கே தெரியாம?"

"ஒனக்கு இப்பத்தா ஒரு சர்ஜரி முடிஞ்சிருக்கு!"

"என்னது சர்ஜரியா?"

"ஒனக்க இடுப்பெலும்ப உருவித்தான் என்னைய செஞ்சாரு கடவுள்!"

"என்னட்டீ கெடந்து ஒளறுக?"

“நா ஒண்ணும் ஔரலை! நீ இப்போ குண ஆதாம் குசேலன்! நான் ஜாப் ஏவாள் மார்சியா!”

“உங்கப்பம் பேரு நல்லபெருமாளுதானே?”

“உஷ்! சத்தம் போடாதடா!”

“என்னது... டா’வா? ஆதி மனுசனுக்கே மரியாதி இல்லையே பரமபிதாவே?”

“அதுசரி! இவ்ளோ நேரம் யாருக்கூட பேசிக்கிட்டிருந்த? உனக்க போன் பிஸி பிஸின்னு வருது!”

“ஏதேன் தோட்டத்துல வந்துமா எம்மேல சந்தேகப் பட்டு பெகளம் வைக்க?”

“உண்மைய சொல்லு நடிக்காத! ஒனக்க மோறக் கட்டைய பாத்தாலே தெரியி! நீ இப்போ சந்தோஷமா இருக்கன்னு கண்டு புடிச்சிட்டேன்! சொல்லு! யாருக்கிட்ட பேசிக்கிட்டிருந்த?”

“நா என்ன ஒனக்க மாமாக்க மவ ஸ்டெல்லாக்கிட்டயா பேசிக்கிட்டிருந்தேன்? நாம்பாட்டுக்கு சிவனேன்னு படுத்துக் கிடந்தம்ட்டீ! பேச வந்துட்டா பெருசா!”

“நீ செஞ்சாலும் செய்வ! உன்னையத் தெரியாதா? நீ எனக்க ஃப்ரெண்டுகிட்டயே பல்லக் காட்டுன பயதானே?”

“யாரச் சொல்லுக? அந்த ஸ்நேகாவையா சொல்லுக?”

“பாத்தியா கரெக்டா சொல்லுக? அப்போ நீ பல்லக் காட்டுனது உண்மதானே?”

“எட்டீ அவ எனக்க தங்கச்சி மாதிரியாக்கும்!”

“ஓஹோ! இதுவேறயா? ஒனக்க லெச்சணம் எனக்கும் தெரியும்! மூடு!”

“எட்டீ ஓடு! அங்க பாரு! பாம்பூ...!”

அப்போது அங்கே ஒரு பாம்பு ஆத்தலாக வந்து கொண்டிருந்தது. நான் அதை அடிக்க ஒரு கம்பைத் தேடி ஓடினேன். ஒருவழியாகத் தேடி ஒரு தடியை ஒப்பித்துக் கொண்டு வந்து நின்றால் அங்கே அந்தப் பாம்பு சிரித்த முகமாக செத்துக் கிடந்தது. அதன் பக்கத்தில் ஒரு ஆப்பிள் பழம் கிடந்தது. நான் மார்சியாவிடம் கேட்டேன்,

“பாம்பு எப்புடிட்டீ செத்து?”

“நாந்தாங் கொன்னேன்!”

“எப்புடி கொன்ன?”

“என்கிட்ட வந்து என்னமோ சொல்லி சலம்பிக்கிட்டு நின்னு! ஒத்த சவுட்டு குடுத்தேன்! வாயப் பொளந்துட்டு! செவத்துக்கு நடக்கக் காலு கெடையாது! பேசுகதுக்கு நாக்கு ஒரு கேடு?”

“என்னது பாம்பு ஓங்கிட்ட பேசிச்சா? என்ன சொல்லிச்சி!”

“இந்தப் பழத்த திம்பியா’ன்னு ஒரு இத்துப்போன ஆப்பிள எங்கிட்ட காட்டி கேட்டு!”

“அதுக்கு நீ என்ன சொன்ன?”

“நா என்ன நாலு வீட்டு நக்கியா? இல்ல அலவரச்சியா? கண்ட நாயிக்கிட்ட எல்லாம் எதுவும் வாங்கித் திங்கப் புடாதுன்னு எங்கப்பா சொல்லிருக்காருன்னு சொன்னேன்!”

“அதுக்கு பாம்பு என்ன சொல்லிச்சி ?”

“என்னவெல்லாமோ கெடந்து சலம்பிக்கிட்டே நின்னு! தொலஞ்சி போ நாயன்னு ஒற்ற சவுட்டு குடுத்தேன்! கிட்டியத வாங்கிண்டு கெடக்க கெடப்ப கண்டல்லா!”

அந்தப் பாம்பானது மரித்திருந்தது. அதைக் கூர்ந்து பார்த்தேன். இப்போது அதன் முகம் சிரித்த மாதிரி இல்லை! மாறாக கடும் கோபத்தில் படுத்திருந்தது.

‘யம்மாடி! இத்தாந் தண்டிப் பாம்பையே ஒரு மிதியில கொன்னுருக்கா! நாம எம்மாத்திரம்? மொதல்ல ஒரு கோவணத்த வாங்கிப் பாச்சிரணும்!” எனக்கு சர்வ சர்ப்பமும் அதிர்ந்தது.

சற்றைக்கெல்லாம் அங்கே ஒரு உருவம் எழுந்தருளியது. ஒரே பச்சைப் புகைமூட்டம். தலையில் கொம்பு வைத்த மனித முகமும், ஆட்டின் கால்களைக் கொண்ட ஒரு மனிதன் தனது கையில் சூலாயுதம் ஏந்தி காட்சியளித்தான். நான் பயந்து போய் அவரிடம்,

“ஐயா நீங்க யாரு?”

அவர் வாயைத் திறப்பதற்கு முன் மார்சியா என்னை மறித்து, “இந்த நாயத் தெரியலையா?”

“சத்தியமா தெரியாதுமோ!”

“வாராவாரம் சர்ச்சுக்கு வந்தாத்தானே தெரியும்? காணிக்கை போடுக பைசாவ கொண்டுபோயி டீக்கடையில நின்னுக்கிட்டு சிகுரெட்டு ஊதுக நாய்க்கு இவன எப்புடித் தெரியும்?”

அவரது முகம் சுருங்கிப் போனது. நான் மார்சியாவிடம் கேட்டேன், “அவ்ளோ பெரிய கையா இவுரு?”

“இவந்தா சாத்தான்!”

“ஓஹ்! சைத்தான் கி பச்சா! இதுதான் அதுவா? நீருதான் எங்க பாஸ்டருமார்கிட்ட சண்டைக்கி போற ஆளு இல்லியாவோய்?” என்று நான் அவரிடம் கேட்க, செத்துக் கிடந்த பாம்பைக் காட்டி அவர் அமைதியாக என்னிடம், “என் பிள்ளையை யார் மிதித்தது?”

“நா இல்லண்ணே! இந்தா நிக்கால்லா இவதான்!” நான் மார்சியாவைக் கைகாட்டினேன்.

மார்சியா கோபத்தில், “நாந்தா வோய் கொன்னேன்! நீரு வேணும்னா போலீஸ் ஸ்டேசன்லயோ, ஃபாரஸ்ட் ஆபீஸ்லயோ போயி கம்ப்ளைண்ட் குடும்! வந்துட்டாரு கம்பையுந் தூக்கிட்டு!”

சாத்தான் கோபத்தில், “போலீசுல கம்பளைண்டு குடுக்க நா என்ன மனுசப் பொறவியா? இல்லன்னா முட்டாப்பயலா? அவ்ளோ போலீசுக்கார பெயலுவளும் பூரா நரகத்துல எனக்க கஸ்டடியிலதாங் கெடக்கானுவோ? போன வாரந்தான் ஒரு கமிஷனுரு வந்து சேர்ந்தான்! அவந்தொல்ல பெருந்தொல்லயா இருக்கு! காலம்பர சன்ரைஸ் காப்பிதாங் குடிப்பானாம்! அதுவும் கண்ணாடி டம்ளர்லதாங் குடுக்கணுமாம்! ராத்திரில பாரின் விஸ்கிதா வேணுமாம்! டாஸ்மாக் ஐட்டம் தொண்டைக்கி கீழ எறங்காதாம்! கொம்மயொளி! நா என்ன கடவுளுக்கே எதிரியான சாத்தானா? இல்லன்னா கத்தி சாணை புடிக்கவனான்னு எனக்கே புரியல்ல! இதனாலத்தான் இந்த நாயள கடவுளு மயிறாண்டி மோட்சத்துல கிட்ட சேக்காம நைசா இங்ஙன பத்தி வுடுகது? இந்த செவங்கள் இங்க வந்து கெடந்துகிட்டு எனக்கத் தாலிய அறுப்பானுவ!”

மார்சியா மீண்டும் கோபப்பட்டாள், “கடவுள ஒருமாதிரி துச்சமா பேசுனீர்னு வச்சிக்காரும்! இந்தா கெடக்காம்லா ... இந்தப் பயலுக்க கெதிதா ஒமக்கும்! மனசுலாச்சா ஓய்?”

சாத்தான் அழுதுகொண்டே, "அய்யோ என் பிள்ளை மரித்துப் போனதே! கடவுளே உமக்கு இரக்கமில்லையா?"

வானத்திலிருந்து ஒரு சப்தம் கேட்டது, "லே லூசிஃபர் நாய! எனக்க அகர்த்தியில உனக்கென்ன நடமாட்டம்? ஏதேன் தோட்டத்துல என்ன எழவுடுப்பு? வெளிய போலே!"

சாத்தான் மார்சியாவிடம், "என் பிள்ளையை ஏன் கொன்றாய்?"

"உம்ம புள்ளைக்கிட்ட ஒரு ஒத்த பழத்த குடுத்து ஊர்ல உள்ளவியகிட்ட கொண்டோயி குடுன்னு அனுப்புவீரோ? ஒரு ஆப்பிள் வாங்க வக்கில்லாமயா கிடக்கேன்? என்னையப் பாத்தா யாசகம் வாங்குக மாதிரியா தெரியி? எங்கப்பா துபாய்ல இருந்து பாக்கெட் பாக்கெட்டா பேரீச்சம் பழம் வாங்கிட்டு வருவாரு! தெரியுமா ஓய் ஒமக்கு?"

"ஆனாலும் என் குழந்தையை...?"

இப்போது அந்தப் பாம்பின் முகம் மிகவும் சோகமாய்க் காட்சியளித்தது. பயங்கரமான நடிப்புத் திறன்பெற்ற அந்தப் பாம்புக்கு முக பாவனைக்காகவே ஆஸ்கர் விருதை வழங்கலாம். மார்சியா கடும்கோபத்தில் சாத்தானிடம்,

"இப்பம் நீரு போறீரா இல்லியா வோய்? சும்ம கெடந்து புள்ள புள்ளன்னு சத்தம் போட்டுகிட்டு நிக்கீரு? பொறவு ஒம்மையுங் கொண்டு போயி நல்ல கருத்த குறும்பாடுன்னு சொல்லி எங்க சர்ச்சிக்க வெளில கிலோ அறுநூறு ரூவான்னு கூறு போட்டு வித்துப் புடுவெம் பாத்துக்காரும்! போவும் ஓய் இங்கோர்ந்து!"

சாத்தான் என்னைப் பரிதாபமாகப் பார்த்து, "தம்பி யாருப்போ இந்த புள்ளை?"

"ஹிஹி! நாந்தான் இந்தப் புள்ளைய கலியாணம் பண்ணப் போறேன் சாத்தான் சார்!"

"இவளையா?"

"ஆமா! எதுக்குக் கேக்கிய?"

"இவள மட்டும் நீ கலியாணம் பண்ணுனீன்னா தெனந்தோறும் என்னைய நீ பாப்ப? சொல்லிட்டேன்!"

"நில்லுவோய்!" என்றவாறே மார்சியா சாத்தனைத் துரத்த, அங்கே படுத்திருந்த பாம்பும் எழுந்து ஓடியது. "அப்போ நீ இன்னும்

சாவலியா? கம்புகாலி நாய!” என்றவாறே அந்த ஆப்பிளைக் கையில் எடுத்தேன். மார்சியாவைக் காணவில்லை. அம்மா சமைத்து வைத்திருந்த சாப்பாட்டையும் சாப்பிடாததால் எனக்கு வயிறு பசித்தது. அந்த ஆப்பிளைக் கடிக்கத் துவங்கியதும் ஒரு குரல், “லேய் வெங்கப் பயலே!”

‘ஆஹா கடவுள் பார்த்துவிட்டார்! ஆப்பிளைக் கடித்த குற்றத்திற்காக இப்போதே கைது செய்யப் படுவோம்’ எனப் புரிந்தது. ‘ஆனாலும் கடவுள் எப்படி இவ்வாறான தூஷணமான வார்த்தைகளில் விளிப்பார்?’

“ஒன்னயத்தாம்லா கொப்ப... ளி! ஒனக்க மூஞ்சிக்கி ஒருத்தி பத்தாது இல்லியா? எனக்க மவளையும், எம்மருமவளையுஞ் சேத்து ஒரே நேரத்துல உருட்டுவ இல்லியா? ஒன்னைய இன்னிக்கி.....!” என்றவாறே புதர்களுக்குள் இருந்து ஸ்டெல்லாவின் அப்பா அற்புதராஜும், இரண்டு மூன்று தடியன்களும் வெளிப்பட்டார்கள். அவர்களது கையில் அதே வெட்டுக்குத்தி.

‘சரிதான்! சொன்னதுமாதிரியே வெட்டுக்குத்தியோட வந்து நிக்கியானே கடவுளே? இந்தப் பயல என்ன செய்யதுக்கு?’

ஒருவன் ஓடிவந்து என்னுடைய உச்சிமுடியைப் பிடித்து இழுத்து, தரையோடு தரையாக உட்கார வைத்தான். நான் கதறினேன்.

“எம்மோ! இந்தா வந்துட்டானுவ! என்னையக் கொல்லப் போறானுவோ! நீதாஞ் சொன்னியே காப்பாத்துவேம்னு! ஓடியாம்மா!”

தூங்கிக் கொண்டிருந்த அம்மாவுக்கு என்னுடைய கூக்குரல் கேட்கவில்லை. எனக்கே கேட்கவில்லை! அப்புறம் அவளுக்கெப்படி கேட்கும்? ஒருவன் வெட்டுக்குத்தியை ஓங்கினான். அந்த வெட்டுக்குத்தி ரொம்ப பழையதாகவும், துருப்பிடித்தும் இருந்தது. அதன் ஓரங்களில் பலாப்பழத்தின் பால் வடிந்திருந்தது. அதைக் கண்ட நான் சும்மாயிருக்கவில்லை. அவர்களிடம் பேசினேன்.

“சக்கப் பழம் வெட்டுனீயளோ?”

“ஆமா அதுக்கென்ன?”

“ரெண்டு சொளைய கையோட எடுத்துட்டு வந்துருக்கப் புடாதா? நாந் திம்பம்லா?”

“அதெல்லா முடியாது! சக்கப்பழம் குடுத்தா ரெண்டு வீட்டுக்கும் சண்ட வந்துரும்!”

“இப்போ மட்டும் என்ன சம்மந்தம் பேசுகதுக்கா வந்துருக்கீய?”

“வளவள’ன்னு பேசாதடே! கழுத்த ஒழுங்கா காட்டு! வெட்டணும்!”

“போர்களால் ஒரு மயிரைக் கூடப் பிடுங்க முடியாது! ஆனால் ஒரு புறாவைப் பறக்க விடுவது எளிது!” என்று நான் தத்துவார்த்தமாகப் பேசியதைப் பொறுக்க முடியாமல் ஒருவன் சொன்னான்,

“அந்த நாயிக்க நாக்க வெட்டுல மொதல்ல!”

“வெட்டுகதே வெட்டுகியோ! அந்த வெட்டுக்குத்திய கொஞ்சம் தேங்கா எண்ணைய ஊத்தி தேய்க்கப்புடாதா! சைடு பூரா சக்கப் பாலா இருக்கு! சைடுல பூஞ்ச வேற ஒட்டியிருக்குல்லா! பாக்கவே சகிக்கலை!”

“சாவப் போற நேரத்துல ஒனக்கென்ன சகிப்பு? குனில ஒழுங்கா!”

“சாணியக் கூட வெட்டாத இந்த குஞ்சாமணி வெட்டுக்குத்திய வச்சா என்னைய வெட்டப் போறிய? போங்கல அந்தால!” எனக்கு வீராவேசம் வந்து மீண்டும் கத்தினேன், “துணிக்கடைக்கு சட்டை எடுக்கப் போனாலே ஒம்பத்தியேழு சட்டையப் பிரிச்சி போட்டுகிட்டு ஒண்ணும் எடுக்காம வந்தவம்ல நா! எனக்கே அழுக்கு கத்தியா? அடிபட்டே செத்தாலும் லாரில அடிபட்டாத்தாம்ல அந்தஸ்து! இருதயராஜிக்க மொவன் சைக்கிள்ள அடிபட்டுச் செத்தாம்’னு வந்தா எனக்க தாத்தனுக்க கெப்பாசிட்டி என்னாவும்? போங்கலே பங்கரப் பெயலுவளா! போயி வடசேரி மேட்டுல நல்ல கத்தி ஒண்ணு வாங்கிட்டு வாருங்க! எம்பேர சொல்லு! வெலைய கொறச்சித் தருவானுவ!” என்று முழங்கினேன்.

வெட்ட வந்த வெட்டுக்குத்திக் குழு வெட்கி நின்றது. அதில் ஒரு ஓடிசிலி மட்டும் கத்தினான், “அவம்பாட்டுக்கு பேசிக்கிட்டே இருக்கான்! அவனுக்க தொண்டையிலயே போடுங்கல!”

ஒருவன் அந்த வெட்டுக்குத்தியை அப்படியே என்னுடைய கழுத்தில் இறக்கினான். ஈரக்குலை நடுங்க அந்தக் கொலையை அரங்கேற்றினார்கள். ஏதேன் தோட்டத்தில் நடந்த முதல் படுகொலை அது.

அத்தியாயம் 10

சவ அடக்கங்களில் சலனம்

நான் செத்துக்கிடந்தேன். என் உடலைக் கழுவி புத்தாடை அணிவித்து, கழுத்தில் மாலை சூடி சவப்பெட்டியில் படுக்க வைத்திருந்தார்கள். நான் எழுந்து எதுவும் பேசி ஏதேனும் வில்லங்கத்தை விலைக்கு வாங்கிவிடக் கூடாது என்பதற்காக இரண்டு பெருவிரல்களையும், நாடியையும் கட்டி வைத்திருந்தார்கள். பாஸ்டருக்காக வெய்ட்டிங்.

எல்லாரும் சுற்றி நின்றார்கள். மார்சியாவைக் காணவில்லை. சாத்தானைத் துரத்திக் கொண்டு போனவள் அவனோடே செட்டில் ஆகிவிட்டாள் போல... ரெண்டு பேருக்கும் ஜோடிப் பொருத்தம் அத்தனைப் பிரமாதமாக இருக்கும்! செவத்துக்கு!

என் கண்ணில் கண்ணீர் வடிந்தது. உலகிலேயே ஒரு பிணம் கண்ணீர் விட்டது அன்றாகத்தானிருக்கும். இதைக் கண்டு அம்மா திகைத்து என்னிடம், "யாம் மக்ளே அழுவுக? பாஸ்டரு இந்தா வந்துருவாரு! கொஞ்ச நேரத்துல பாடிய அடக்கிறலாம்!"

'செவங்கள்! ஒரு வித்தியாசமும் இல்லை! எப்படா குழிக்காத்த கொண்டுபோயி பூத்தலாம்னு காவலு இருந்தா மாதிரியே பேச்சும் காரியங்களும்! எழவுடுப்பா! ஒரு பெத்த அம்ம மாதிரியா பேசுகா!'

மனம் கலங்கிப் போய் நான் மீண்டும் அழுதேன். அம்மா என்னிடம் சொன்னாள், "அழாத மோன! யார்ட்லி பவுடர் அழியில்லா?"

நான் லேசாகச் சரிந்து அவளிடம் திரும்பியதும் அவள் என்னைத் தடுத்து, "நேரா படு மக்கா! மாலை கொழம்புகு பாத்தியா? ரோஜா மாலையாக்கும்! மால விக்க வெலவாசியில சொல்லச் சொல்லக் கேக்காம ஒங்கைய்யன் ஆறாயிரம் ஓவா குடுத்து வாங்கிட்டு வந்துருக்கான்! ஒங்கய்யன் என்னைக்கி எனக்க சொல்லுவழி கேக்கானோ அன்னைக்குத்தான் உருப்புடுவான்!"

நான் நேராகப் படுத்துக் கொண்டு விட்டத்தை வெறித்துக் கொண்டிருந்தேன். சுற்றி நின்றவர்கள் எல்லாம் எதையோ பேசிச் சிரித்துக் கொண்டிருந்தார்கள். வந்தவர்களுக்கு எல்லாம் செம்மாங்குடி இறக்கத்தில் இருக்கும் கேக்ஸ் பாரடைசில் இருந்து கேக்கும், பப்ஸும் வழங்கப் பட்டிருந்தது. வாயை மூடாமல் தின்று கொண்டிருந்தார்கள்.

'ஒரு கலசல் டிக்கெட்டு செத்துக்கிடக்கேன் ஒங்களுக்கெல்லாஞ் சிரிப்பாணியும், பப்சு அமுக்குவலையுமா கிடக்கு இல்லியாவோய்? இது துஷ்டி வீடா என்னது? என்னவோ ரஜினி படத்துக்கு மொத ஷோ பாக்கப் போன மாதிரி பல்லக் காட்டுகானுவோ? இவுனுவளுக்கு ஒரு சாக்காலம் வார மாட்டங்கே? முன்ன பின்ன நீங்கல்லா பொணத்தையே பாத்ததில்லியா? செவங்கள்!'

மனம் பதைக்க அம்மாவிடம் கேட்டேன், "எம்மோ! எனக்கு ரோஸ்கலர்தான் புடிக்கும்னு ஒனக்குத் தெரியாதா? யார்கிட்ட கேட்டுக்கிட்டு வெள்ளச் சட்ட போட்டு உட்டுருக்கிய?"

"சமாதானத்துக்குள்ளார ப்ரவேசிக்கும்போது வெள்ள சட்டதாம் மக்ளே போட்டுகிட்டு போவணும்! கலர் சட்ட மாட்டிக்கிட்டு போனா கடவுள் கடுப்பாயி ஒன்னய நரகத்துக்கு அனுப்பிட்டாருன்னா! நாங்க செத்து மோட்சத்துக்கு வரும்போ ஒன்னய காண முடியாதுலா மக்கா?"

"யாரு நீ? செத்து மோட்சத்துக்கு வருவ இல்லியா?"

"ஆமா! பின்ன நமக்கு வேறெங்க போக்கடி?"

"மோச்சத்துக்கு போற மோறையக் காட்டு பாப்பம்!"

"ஈஈஈஈஈ"

"த்தூ! ஒனக்க வம்சத்துல ஒருபயலுக்கும், செறக்கிக்கும் மோச்சம் கெடையாது! ஒரு கிலோ மிச்சர் வேணும்னா கெடைக்கும்! நக்கிட்டு நரகத்துக்குப் போங்க!"

நான் அயர்ந்து போனேன். 'இந்த பாஸ்டரு என்னைக்கி வந்து? நம்ம பாடிய என்னைக்கி எடுத்து? கல்யாண வூடுன்னா டாண்'னு ஆஜராவானுவோ! சக்கரங் குடுப்பானுவல்லா? சாவு வீடுன்னா வாரதுக்கு வலியெடுப்பு?'

குறுகலான பெட்டியில் படுத்திருப்பது எத்தனை பெரிய இம்சை என்பது புரிந்தது. பண்டு செத்தாத்தானே சுடுகாடு தெரியும்?

இருந்தாலும் இந்தப் பெட்டி என்னுடைய அளவு இல்லையே? எந்த நாயி பெட்டியெடுக்கப் போச்சின்னு தெரியிலியே? சவப்பெட்டி ஊழலாயிருக்குமோ? சாவிலும் ஊழல்! ச்சை!

சாத்தானைத் துரத்திக் கொண்டு போன மார்சியா அதுவரையிலும் வந்திருக்கவில்லை. இதுதான் தெய்வீகக் காதல். காதலனின் பிணத்தைக் கண்களால் காண்பதென்பது மரணத்திற்குச் சமம் அன்றோ?

பாஸ்டர் வந்து விட்டார். அங்கே ஒரே சலசலப்பு. பாஸ்டர் அம்மாவிடம் வந்து, "இருதயராஜ் பிரதர் எங்கம்மா?"

"கிச்சன்ல இருந்து சாப்டுகாரு ஃபாதர்! கூப்புடணுமா?"

"இல்ல வேண்டாம்! நானுங் காலைலேர்ந்து சாப்புடலை! அவர நா கிச்சன்ல போயி பாத்துக்கிட்டு வாரேன்!"

"சரி ஃபாதர்! முந்தா நாளு வச்ச கஞ்சியும், நாலு நாளைக்கி முன்னால வச்ச பழங்கறியும் சட்டியில கெடக்கு! தின்னுட்டு வாங்க! பிரேதத்த அடக்கிறலாம்!"

"ஹிஹிஹி.... இல்லம்மா வேண்டாம்! நேத்து ராத்திரி நெறய சாப்புட்டேன்! பசிக்கலை!"

அப்பா வந்தார். பாஸ்டர் பாட ஆரம்பித்தார். "மைனா மைனா நெஞ்சிக்குள்ள என்ன பண்ணுற????"

எனக்கு அதிர்ச்சி. பாஸ்டர் அங்கிக்குள் கையை விட்டு செல்போனை சைலன்ட் மோடில் போட்டு விட்டு பாடத் துவங்கினார். "மரித்தோரே வாருங்கள்! ஜீவ பாதையில் வழிநடப்போம்!"

நான் அம்மாவின் காதில் மெதுவாகக் கேட்டேன், "எம்மா! நீ கல்லறத் தோட்டத்துக்கு வருவியா?"

"நா எதுக்கு மக்ளே அங்கா வரைக்கும்? வீண் அலைச்சல்! இங்க ஊர்ப்பட்ட வேல கெடக்கு! பாத்திரங்கள் ஒண்ணும் கழுவலை! பத்தாததுக்கு அடக்க ஆராதனையெல்லா முடிச்சிக்கிட்டு வரக் கூடிய ஆளுவளுக்கு பட்டினிக் கஞ்சி வச்சிக் குடுக்காண்டாமா?"

"அப்ப எனக்குக் கஞ்சி?"

"மண்ணுக்குள்ள வச்சதுக்கப்புறம் எப்டி மொனே கஞ்சி குடிப்பா?"

எனக்கு ஆத்திரம் முட்டிக் கொண்டு வந்தது. மீண்டும் அம்மாவிடம் அடம் பிடித்தேன், “இல்ல நானும் திரும்ப வீட்டுக்கு வருவேன்! எனக்கு சாவப் புடிக்கலை!”

“நீதாம் ஏற்கனவே செத்தாச்சே? சத்தம் போடாம படு! பாஸ்டர் பாடுகாருல்லா!”

“பாஸ்டரு கெடந்தாரு! நா வீட்டுக்கு வருவேன்!”

“சுடுகாட்டுல இருந்து வர்ற வழியில கடுகு வெதைக்க ஏற்பாடு பண்ணிருக்கு! முடிஞ்சா வா!”

(அடக்க ஆராதனைகளை முடித்து விட்டு ஆட்கள் வீட்டுக்கு வருமுன்னே அகாலத்தில் மரித்தோரது ஆத்துமாவானது அவர்களது பின்னாலேயே நடந்து வீட்டுக்கு வருமாம். அதற்காகத்தான் வழியில் கடுகை விதைப்பது. அந்த ஆவி அத்தனைக் கடுகையும் பொறுக்கிவிட்டு வீட்டுக்கு வருவதற்குள் விடிந்து விடுமாம்! கடுகையெல்லாம் பொறுக்கி முடிப்பதற்குள் நியாயத் தீர்ப்பு நாள் வந்துவிடுமாம்...! ஆத்துமா பரலோகத்துக்குப் போய்விடுமாம்! என்ன நம்பிக்கைக் கூந்தலோ? செவத்து முண்டங்கள்....!)

என்னுடைய மாமா இறுதியாக என்னைக் குறித்து சில வார்த்தைகளைப் பேசினார், “அன்பார்ந்த சகோதர சகோதரிகளே! இந்த மகிழ்ச்சியான வேளையிலே இதோ கிடத்தப் பட்டிருக்கும் வாதையைக் குறித்து ஒரு சில வார்த்தைகளை உங்களோடு பகிர்வதில் நான் மகிழ்ச்சியடைகிறேன்!”

“அட மொன்னத் தா..ளி! நாஞ் செத்தது ஒனக்கு சந்தோஷம் இல்லியா? பேயா வந்து ஒனக்க கொட்டையப் பிதுக்குகனா இல்லியான்னு பாரு!”

நான் கடுப்பானேன். மாமா நாய் தொடர்ந்தது, “இந்தச் செவம் பிறக்கும்போதே ஒரு கழிசடை என்பது எங்களுக்குத் தெரிந்திருந்தாலும் கூட இத்தனைக்கும் உருப்படாத எத்துவாளி என்று எங்களுக்குத் தெரிந்திருக்கவில்லை! ஒருவேளை தெரிந்திருந்தால் கள்ளிப்பாலைப் புகட்டி அன்றே காற்றோடு கழுவி விட்டிருப்போம்! இன்னாரின் புறப்பாடு இத்தனை காலதாமதமாக இருந்திருக்காது! மேற்படியாரின் மூக்கில் பஞ்சு வைத்ததான் நிமித்தம் இனிமேல் ஊருக்குள் காதில் பஞ்சடைந்த கிழவிகள் முதற்கொண்டு கன்னிப்பெண்கள் வரை நிம்மதியாக நடமாடலாம்

என்று உறுதி பூணுகிறேன்! இடைஞ்சலுக்கு வருந்துகிறோம்! கடவுள் எங்களது பாவத்தை மன்னிப்பாராக! ஹாலேலூயா!"

'அடப்பாவி! அவனுக்க சவ அடக்கத்துக்கு நாஞ் சொல்ல வேண்டியதையெல்லாம் இந்த நாயி சொல்லுகே? எல்லாம் விதி!'

கோயில் பிள்ளை கதறினார், "பாக்க வேண்டியவங்கல்லாம் கடசீயா ஒருதடவ மூஞ்சிய பாத்துக்காங்க! பெட்டிய மூடப் போறேன்!"

கூட்டத்திலிருந்து ஒரு குரல் சத்தமாகக் கேட்டது, "சீக்கிரம் மூடுங்க மூதேவி முழிச்சிக்கிட போவுது!"

அது கண்டிப்பாக என்னுடைய அம்மாவின் பெரியம்மாவேதான்.

'அடுத்த பெட்டி ஒனக்குத்தாம்ட்டீ பொக்கார கெழவி!' நான் மனதுக்குள் கருவினேன். யாரும் என்னுடைய முகத்தைப் பார்க்க விரும்பாததால் பெட்டியை அடைத்தார்கள். நான் அம்மாவிடம் அவசரமாக, "எம்மோ! எனக்க பைக்க சர்வீசு உட்டு நல்லபடியா பாத்துக்காம்மா!"

"அந்த ஆக்கர் சாதனத்த யாரு மக்கா சர்வீசுக்கு உடுவா? செவத்த எடைக்கிப் போட்டு நாலு பித்தள அண்டா வாங்கணும் மக்களே! இனி அத போட்டு யாரு ஓட்டப் போறா?"

அதுவும் உண்மைதான்... என்னதான் நாம் ஆசைப்பட்டு வாங்கி வைத்த சாதனங்களாயினும் கூட நாம் கட்டையில் போகும்போது நம்மோடு வராது. நாம் போன பின்னும் கூட அது எங்கேனும் ஓரிடத்தில் ஏதேனும் ஒரு வடிவத்தில் உயிர்ப்போடும், உபயோகத்தோடும் இருக்கும். மனிதர்கள் நாம்தான் தேவையேயில்லாமல் எங்கோ பிறந்து, எதற்காகவெல்லாமோ அடித்துக்கொண்டு அநியாயமாகச் செத்துப் போகிறோம். உயர்திணைகள் என்று உயர்வாகச் சொல்லிக்கொள்ளும் அத்தனை எருமைமாடுகளும் ஒருநாள் பிணமாகிவிடும். அஃறிணைகள் எப்போதுமே மார்க்கண்டேயர்களாய் இருப்பதுதான் வியப்பு. ஆனால் என்னுடைய பைக் என்னைப் பார்த்து அழுதது போலத் தோன்றியது. நானும் அழுதேன். இந்த மரணம்தான் எத்தனை கொடியது?

என்னுடைய சவப்பெட்டியைத் தூக்கிக் கொண்டு எங்கெல்லாமோ நடந்தார்கள். பெட்டியை முன்னும் பின்னுமாக நத்தாசியும் (நல்லதாஸ்), எத்தாயியும் (ஏசுதாஸ்) கிர்த்தாசியும் (கிறிஸ்துதாஸ்) கெப்பாசியும் (கெம்பீரதாஸ்) சுமந்து நடந்து கொண்டிருந்தார்கள்.

எனக்கு மூச்சும், மூத்திரமும் முட்டியது. அப்பாவைத் தேடினேன். அன்று நல்ல வெயிலாக இருப்பதாகவும் முகூர்த்தநேரம் தவறிவிட்டது என்றும் பக்கத்தில் வந்துகொண்டிருந்த யாரிடமோ அப்பா சொல்லிக்கொண்டே நடந்து வந்தார்.

இந்த அப்பா எப்போதுமே இப்படித்தான். சந்தர்ப்ப சூழலைக் குறித்தெல்லாம் அவருடைய உரையாடல் இருக்காது. என்னுடைய மாமாவின் கல்யாணத்தன்று என் பாட்டியிடம் போய், “டெட்பாடி எங்க இருக்கு மாமி? பெட்டியெடுக்க யார் போயிருக்கா?” என்று கேட்டு கிழவியை மயங்கச் செய்தார். அப்பேர்ப்பட்ட ஆசாமி அவர்.

என்னால் மூத்திரத்தை அடக்கமுடியவேயில்லை. சவப்பெட்டியை கக்கூசாக கன்வெர்ட் செய்தேன். அது அப்படியே வழிந்து வாய்க்காலாக ஓடிப்பாய்ந்து நத்தாசியின் காதுகளில் வழிந்தது. அதைத் தொட்டு நக்கிப் பார்த்த நத்தாசி சொன்னதாவது,

“பிரேதப் பெட்டிக்குள்ளாற எலி கெடக்கும்னு நெனைக்கேன்!”

எத்தாயி: “பெட்டிக்குள்ள பெருச்சாளில்லா கெடக்கு! நீ எலியிங்க?”

நத்தாசி : “அதுசெரி? ஆனா செத்துப்போன பெருச்சாளி எங்ஙன மூத்தரம் பாச்சும்?”

கிர்த்தாசி : “என்னத்தடே கெடந்து அலம்புதிய?”

நத்தாசி : “காதுல இருந்து மூத்திரம் வருகு வோய்!”

கிர்த்தாசி : “என்னது மூத்திரம் காது வழியா வருகா? சீக்கிரம் ஓனக்கும் ஒரு பெட்டிய எடுத்துற வேண்டியதாம் போலுக்கே?”

நத்தாசி : “வாயக் கழுவும் ஓய்! நாலு வார்த்தைல ஒரு வார்த்தையாவது நல்லா வருகாவே ஒமக்கு?”

எத்தாயி : “சத்தம் போடாம வாங்களாம்டே!”

நத்தாசி : “நா உண்மையாத்தா வோய் சொல்லுகேன்! இந்தா நக்கிப் பாரும்!” என்றவாறே பக்கத்தில் தோள் போட்டு நடந்து வந்து கொண்டிருந்த எத்தாயியின் வாயில் தடவி விட்டான். உப்புக் கரித்ததைக் கண்ட எத்தாயி சொன்னான், “இது பூன மூத்திரம் மாதில்லா இருக்கு?”

நத்தாசி : “அப்ப பூனைக்க மூத்தரத்த பண்டே நக்கிப் பாத்துருக்க இல்லியா?”

கிர்த்தாசி : "பெட்டிக்காத்த பூன எப்புடிடே வந்துருக்கும்?"

எத்தாயி : "பெட்டிக்குள்ள கெடக்கதே ஒரு பூனதானே? தா...ளி ஒவ்வொரு வூட்டுலயும் மதிலெட்டிச் சாடும்போதெல்லாம் சத்தமே கேக்காதுல்லா? இனிமேலாச்சும் ஊருக்குள்ள பொம்பளப் புள்ளயளு நிம்மதியாத் தூங்கும்!"

எனக்கு கோபம் மூண்டுவிட்டது. 'ஊரிலுள்ள பெண்பிள்ளைகளின் தூக்கத்தைக் கெடுப்பேனாயிருக்கும்! ஆனால் அவர்கள் தூங்கமுடியாத அளவுக்கு சுவர் ஏறிக் குதித்தெல்லாம் அவர்களோடு உறங்கியதில்லை!' நானொன்றும் அத்தனை மூர்க்கமான கோழிதிருடி கிடையாது. ஆனாலும் ஒரு பழமொழி சொல்வார்களல்லவா? "ஊரைக்கு நாலு நாக்கு! ஊருக்கு நாலாயிரம் நாக்கு."

'ஊரை' என்றால் புறம் பேசித் திரிபவர்கள் என்று அர்த்தம். 'பண்ணிப்பயல்கள்! ஒருத்தன் படுத்திருக்கிறான் என்ற கருத்தே இல்லாமல் என்னவெல்லாம் பேசுகிறார்கள்?'

கல்லறைத் தோட்டம் வந்து விட்டது. பெட்டியை இறக்கி வைத்தார்கள். எல்லாரும் கூடி நின்றார்கள். குடும்பக் கல்லறையின் பக்கத்தில் பெரிய குழி ஒன்று வெட்டப் பட்டிருந்தது. மயான அமைதி. பாஸ்டர் பாடத் துவங்கினார்,

ஊனக்.... கோத்தா... சை... வரூ....ம்....நே.....ல்.... ஊயார்.. பரூ....வா.... தா.... மித்தோ! (உனக்கொத்தாசை வரும்நல் உயர் பர்வதம் இதோ)

"டியர் கிஷ்டியானிஸ்! ப்ளீஸ் ஃபாலோ சம் கைண்ட் ஆஃப் ரிதமிக் எத்திக்ஸ்" என்று சத்தமாகக் கத்தவேண்டும் போலிருந்தது. கொஞ்சம் கூடவா இவர்களுக்கு ஈவிரக்கமில்லை? இந்தப் பாட்டு எப்படி கடவுளுக்குப் புரியும்? இந்த மூக்கன்களின் இளுவையின் நிமித்தம் என்னைக் கண்டிப்பாக நரகத்தில்தான் போடப் போகிறார்.

"கா....ல்லைத் தாள்... ளாட...... வோட்டார்...!" (காலைத் தள்ளாடவொட்டார்)

"எலேய்... எடு அந்த கம்ப....!" நான் கடுப்பானேன்.

ஒபேராவும் ஒப்பாரியும் ஒண்ணு! அறியாத சபையார் வாயில புண்ணு. விசுவாசிகள் கொஞ்சம் பேர் கல்லறைகளின் மறைவில் நின்று கொண்டு பீடியைப் பற்ற வைத்தார்கள். என் அப்பா மாமனிடம் கேட்டுக் கொண்டிருந்தார்,

“இந்தப் பெட்டி என்ன விலைடே? அசாத்தியமாயிருக்கு? ஓனக்கும் இந்த மாதிரியே ஒண்ணு எடுத்துருவோம்! என்ன சொல்லுக?”

மாமன் மிரண்டு போனான். எனக்கு மனம் குளிர்ந்தது,

‘என்னா பேச்சி பேசுன? கெழவிய கெடந்தவன? நல்லா சொன்னாருல்லா! வச்சிக்கா! சொன்னதோட நில்லாம நல்ல பெட்டியா எடுக்கவும் செய்வாரு! நீ சாவுகதுதாம் பாக்கி!’

அப்பா பாஸ்டரிடம், “ஃபாதர்! அந்த மைனா மைனா நெஞ்சிக்குள்ள ரிங் டோன எனக்கு இன்ஃப்ராரெட் வழியா அனுப்புவேளா? கிகிகிகி!”

எனக்கு வாழ்வே வெறுத்துப் போனது. ‘இனி வெறுத்து என்ன செய்ய? செத்த பிறப்பாடு வாழ்வு குறித்த சோகம் எதுவுமில்லையென்றாலும்கூட என் அப்பாவைக் குறித்து கடும் துக்கம் எழுந்தது. ஒரு மகன் பரலோகப் பாதைக்குப் போகும் வழியில் இவருக்கு என்ன இளிப்பு?’

அவர் சிரித்ததில் ஒரு நியாயமிருந்தது. பெட்டியைக் குழிக்குள் இறக்கும் சமயத்தில்தான் அவர் அதைக் கவனித்து எத்தாயிடம் கேட்டார்,

“எலேயி மாப்புள! கல்லறக் குழிக்கு வரம்போ ஒரு ஜட்டிய எடுத்து போட்டுக்கிட்டு வரப்புடாதா? செவமே! சாரம் (லுங்கி) குண்டிக்கி பொறத்தால கிழிஞ்சி பொதரு பொந்தல்லாந் தெரியி! எழவு பாஸ்டருக்க கண்ணு பீசடிச்சிறாம?” என்றவாறே பாஸ்டரைப் பார்க்க, பாஸ்டர் அப்பாவைக் கண்டித்தார், “மிஸ்டர் இருதயராஜ் நாவடக்கம் வேணும்! இது சவஅடக்க ஸ்தலமாக்கும்!”

“நா என்ன சடங்கு ஊடுன்னா சொன்னேன்! சபைக்காரனொருத்தன் குழிக்கி முன்னுக்க ஆட்டிக்கிட்டு நிக்கியான்! ஒமக்கு அதெல்லாங் கண்ணுக்குத் தெரியல! எங்கிட்ட வந்து சொறிஞ்சிக்கிட்டு நிக்கீரு?” என்று பாஸ்டருக்கு பதிலளித்தார்.

“இனி எவளவம்லா ஜட்டியிடலைன்னு ஒவ்வொருத்தனுக்கா நாம் போயி தூக்கியா பாக்க முடியும் மிஸ்டர் இருதயராஜ்?”

என்று பாஸ்டர் கொதிக்க,

“பாக்கணுவோய்! இதவுட என்ன முக்கியமான வேலை உமக்கு ? நா மட்டும் இதக் காணலைன்னா இந்நேரம் என்ன ஆயிருக்கும்?” என்று மதம் பொழிந்து நின்றார் அப்பா.

“வே மச்சா! நாஞ் ஜட்டி போடாம வந்ததுனால இங்க என்ன ரெண்டாயிட்டு? எதுக்கு மையக்குழியில வந்து நின்னுக்கிட்டு மல்லுக்கெட்டுதிய? செத்தது ஓம்ம மொவன்...ஓர்மையிருக்கா?”

என்று கோபத்தில் கத்திய கெப்பாசி சவப்பெட்டியைச் சுற்றிக் கட்டியிருந்த கயிற்றைக் கைதவறி கீழே விட்டான். இதோ அவ்வளவுதான்.... நான் காற்றில் மிதந்து கீழ்நோக்கிப் போனேன்.

“டமார்!” என் தலைப்பாகம் போய் குழிக்குள் அடித்தது.

“பொதீர்!” குழியின் வெளியே கிடந்த மண் நழுவி எத்தாயி தலைக்குப்புற வந்து பெட்டியின் மீது விழுந்தான்.

“சரிதான்! ரெண்டையும் போட்டு மண்ணத் தள்ளி மூடுங்க! குழி வெட்டுக செலவு மிச்சம்!” என்று கிரித்தாயி சொல்லிச் சிரிக்க அங்கே ஒரு யுத்தம் மூண்டது. பாஸ்டர் எல்லாரையும் சமாதானப்படுத்தி ஜெபத்தைத் துவக்கினார்.

“சர்வ வல்லமை படைத்த எங்கள் பரமத் தகப்பனே! எங்கள் பாவங்களை ரட்சியும்!”

அப்போது எங்கிருந்தோ ஒரு குரல் கேட்டது, “போ! கொப்பன... ளி!”

எல்லாரும் அதிர்ந்து அந்தக்குரல் வந்த திசையை நோக்கித் திரும்ப கெப்பாசியின் தலையில் பால்பாயாசம் போன்ற ஏதோவொரு சாதனம் வழிந்து அவனது முகத்தை அலங்கரித்தது. வேறொன்றுமில்லை... நாவல்மரத்தின் மேலிருந்த காகம் ஒன்று தனது வயிற்று உபாதையினிமித்தம் எச்சத்தை இறக்கவே அது பறந்து வந்து கெப்பாசியின் கடைவாயில் வழிய அவன் கோபத்தில் சொல்லியிருக்கிறான்.

“யாரடே! தந்தக்கி விளிச்ச நீ?” என்று பாஸ்டர் கேப்பாசியிடம் கேட்க அவனுக்கு வெட்கம் வந்து மரத்தின் மீதிலிருந்த காகத்தை நோக்கிக் கையைக் காட்டினான். பாஸ்டர் கோபத்தில், “காக்காய நீ தந்தைக்கி விளிச்சத நா நம்பணும் இல்லியா? மரியாதைக்கி நடந்துக்கிடணும்! நா அங்கிய மடிச்சிகெட்டுனம்னா கையில தொட ஆவாதவனாக்கும்! பாஸ்டர்தானே? என்ன சொன்னாலும் பல்லக் காட்டிக்கிட்டு குனிஞ்சி நிப்பாம்னு நெனச்சிறப்புடாது!”

“ம்க்கும்! இல்லைன்னா நக்கித் தள்ளிருவான்!”

அப்பா வாயை வைத்துக் கொண்டு சும்மாயிருக்கவில்லை. பாஸ்டர் மீண்டும் கூட்டத்தினரிடமிருந்து திரும்பி,

“நா பாஸ்டருக்க படிப்பு படிக்கியதுக்கு முன்னால என்ன வேல செஞ்சம்னு தெரியுமாடே ஒங்களுக்கெல்லா?

“பஸ்ஸ்டாண்டுல லாட்டிரி டிக்கெட்டு வித்தீறா?”

அப்பா சலம்பலை நிறுத்தவில்லை. ‘அப்பா ஒரு சாந்த சொரூபி அல்லவா? பாஸ்டரிடம் ஏன் வம்பு பண்ணுகிறார்?’ என்று எனக்குள் ஒரு குழப்பம் எழுந்தது. நின்று கொண்டிருப்பது கல்லறைத் தோட்டமல்லவா? ஏதேனும் துஷ்ட சக்திகள் உடம்புக்குள் புகுந்து கடவுளின் தூதனான பாஸ்டரைக் கலாய்க்குமாறு அப்பா ஏவப்பட்டிருக்கலாமோ?’ என்ற சந்தேகமும் எனக்குத் தோன்றாமலில்லை. பாஸ்டர் மீண்டும் கோபத்தில்,

“நா இந்தப் படிப்பு படிக்குமுன்னால கசாப்புக் கடயாக்கும் வச்சிருந்தேன்! பழைய ரெவிடியாக்கும் நா!”

“பாஸ்டருமாரெல்லா பழைய ரவுடியும், துஷ்டப் பெயலுமா இருந்தனாலதான் இன்னிக்கி பொழப்பத்தவம்பூரா பைபிள தூக்கிட்டு நடக்கியானுவா? வாய மூடிக்கிட்டு குழிய மூடும் வோய்!”

அப்பா சொன்னதும் பாஸ்டர் ஜெபித்து முடித்து குழியை மண்ணை நிரப்பி மூடினார்கள். வெளியில் அப்பா பெருங்குரலெடுத்து அழத் துவங்கினார்.

“மோன போச்சே! எல்லாம் போச்சே! நா என்ன செய்வேன்? குழிய மூடாதீங்கல....!” என்று கதறியவாறே குழியை நோக்கிப் பாய்ந்தார். இந்த அப்பாவுக்குத்தான் என்மீது எத்தனைப் பாசம்? என் கண்கள் கலங்கியது. அப்பாவை எல்லாரும் குழிக்குள் இருந்து தூக்க முயற்சித்துத் தோற்றார்கள்.

“ஒரே புள்ளைல்லா! புத்திர சோகம் மச்சானுக்கு! தூக்குங்கலே அவுற!”

என்று எத்தாயி சொன்னதும் அப்பா அவனிடம், “புத்திர சோகமா? பூளலு சோகம்! மயிறாண்டி! பொணத்துக்க கைல ஒரு பவுனுல மோதரம் கெடக்கு! தங்கம் விக்கிய வெலக்கி மண்ணுக்க போட்டு மூடச் சொல்லுகியாடே நீ? சீவனோட இருக்கம்போதே ஒத்த பைசாக்குப் பெறாத நாய்க்கி சாவும்போது மோதரம் ஒரு மயிருதாங் கேடு? பெட்டியத் தொறங்கல மொத!”

‘சீய்ய்க்! இந்தாளெல்லா ஒரு தவப்பனா? கஞ்சப் பயலுக்குப் புள்ளையா பொறந்துட்டனே?’ என்று என் உள்ளம் எனக்கு

துக்கித்துப் போனது. புதைத்த பெட்டியை மீண்டும் திறந்து என் விரலில் கிடந்த மோதிரத்தைக் கழற்றி விட்டு புதைக்க ஆயத்தப் பட்டார்கள். மோதிரம் கிடைத்துவிட்ட மகிழ்ச்சியில் எண்ட அச்சன் மாநகரக் காவல் பட விஜயகாந்தின் தோரணையில் நடந்து போனார்.

நியாயமாக அவருடைய கையில் இருந்திருக்க வேண்டிய மோதிரம் 'வடசேரி அரசப்பன் அடக்குக்கடை'யில் இருந்த காரியம் மண்டையருக்குத் தெரியாது. ஒரு மாசத்துக்கு முன்பு கொண்டு போய் அடகு வைத்தேன். அதை நான் மீட்குமுன்னர் மீட்பராகிய இயேசுகிறிஸ்து என்னை மீட்டுக் கொண்டார். இப்போது அச்சனின் கையிலிருப்பது சரோஜா பேன்சி ஸ்டோரில் வாங்கிய அஞ்சு ரூபாய் மோதிரம். எனக்கு சிரிப்பு பொத்துக் கொண்டு வந்தது. நான் சிரித்த சிரிப்பில் சவப்பெட்டி ஆடியது. என்னைச் சுமந்து வந்த வழியில் கடுகு வீசிக் கொண்டே போனார்கள்.

குழியை மூடத் துவங்கிய போது மண்ணானது என்மேல் விழவிழ எனக்கு மூச்சு மூட்டியது. திணறினேன். நின்று போன மூச்சு எப்படி முட்டும்? குபுக்கென்ற சப்தத்தோடு எழுந்து உட்கார்ந்தேன். தலைமாட்டில் ஃபோன் கிடந்தது. எடுத்து காதில் வைத்தால் அங்கே ஸ்டெல்லா கதை சொல்லி முடித்திருக்கவில்லை.

'அப்போ நான் கண்டது கனவா? ஹரிதாஸ் படம் போல இவ்ளோ பெருசாவா சொப்பனம் வந்து தொலையும்? மணியைப்பார்த்தேன். மணி ஐந்து ஐம்பது... செவத்து முடிவா! இவ்ளோ நீட்டமா கதை சொல்லுகாளே? இவளக் கலியாணம் பண்ணுனோம்னா அவ்ளோதான்! சீவி கிழிஞ்சி வாழ்க்கை முழுக்க செவுட்டு மிசினோடத்தான் அலையணும்!'

ஆதாம் ஏவாள் ஏதேன் தோட்டத்து வெளியேற்றம் முடிந்து கதை ஆபேல் கொலைவழக்கில் வந்து நிற்கிறது. நல்லவேளையாக காயின் இன்னமும் கைது செய்யப் பட்டிருக்கவில்லை. நான் மெதுவாக அவளிடம், "ஸ்டெல்லா!"

"சொல்லு செல்லம்!"

"கத இன்னும் முடியலியா டார்லிங்?"

"இல்லடா செல்லக்குட்டி!"

"எப்போ முடிப்ப?"

"ஏண்டா செல்லம் கேக்குற?"

"நா கக்கூசுக்குப் போவணும்!"

"ச்சீ!"

"யாம்டீ நீ கக்கூசுக்கே போவ மாட்டியா?"

"ச்சீய் ... அசிங்கமா பேசாதடாவ்!"

"போவலைன்னாதான் அசிங்கமாயிரும்!"

"ஏண்டா கதை உனக்குப் புடிக்கலியா?"

"நல்லா புடிச்சிருந்து... உங்கப்பேன் என்னைய கொதவளையிலயே கொத்துனான்! என்னைய கொண்டு போயி குழிக்குள்ளாற வச்சானுவோ! போதும்டே உங்க குடும்ப சகவாசம்! உங்க குடும்பம் மாத்திரமா? எங்க குடும்பத்துல உள்ள ஒரு நாயளையும் நடைலயே ஏத்தப் புடாது! நாஞ் செத்துக் கெடெக்கேன்! என்னையப் பாத்து பல்லப்பல்ல இளிக்கானுவோ!"

"என்னடா செல்லம் சொல்லுத? எனக்கொண்ணும் வெளங்கல!"

"வெளங்கவே வேண்டாம்! நீ போம்மாளு! நா வாரேன்!"என்று சொல்லிவிட்டு ஃபோனைத் துண்டித்துவிட்டேன். 'என்னை மாதிரி குளத்து ஆமைகளின் பழங்காதல்கள் ஏன் மரித்துப் போகின்றன?' என்ற ஒரேயொரு விஷயம் மட்டும் இந்தத் திடீர்க் காதலிகளுக்கு எப்போதும் விளங்காது. புதிதாகக் காதலிக்கத் துவங்கிவிட்டு நம்முடைய பழைய பிறவிக் குணங்களைக் காரணம் காட்டி பழைய காதலிகளைப் போலவே திரும்பி நடக்கத் துவங்கி விடுவார்கள். நான் வழக்கம் போலக் குடித்துவிட்டு சாலையில் படுத்துக் கிடக்கவேண்டும்? செவங்கள்...

அன்று ஸ்டெல்லா எனக்கு போன் செய்த காரியம் குறித்து அறிந்து கொண்ட மார்சியா ஸ்டெல்லாவிடம் போர்வாள் ஏந்தி பணக்குடி சமஸ்தானத்தைவிட்டு வெளியேறி திருவிதாங்கூர் சமஸ்தானத்துக்குள் காலேந்தினாள்.

இந்தப் பெண்களிடம் ஒரு முக்கியமான குணம் உண்டு. தான் விடுவித்த காதலனோடு இன்னொரு பெண் இணைவதை அவர்களால் ஏற்றுக் கொள்ளவே முடியாது. சாணியை எப்படி மாடு உண்ணலாம்? என்பதுபோல தங்களது விடுவிப்பு ஆணையை மறுபரிசீலனை செய்து அதை ரத்து செய்து விடுவார்கள். அன்று

முழுவதும் எனக்கு ரத்தக் கண்ணீர் இரண்டாம் பாகம் வகுப்பு எடுத்தாள்.

“அந்த ஸ்டெல்லா யார்ன்னு உனக்குத் தெரியுமாலே?”

“தெரியும்! ஒனக்க கொளுந்தியா! அத எங்கிட்ட யாம்ட்டி கேக்க?”

“அவ எனக்குக் கொளுந்தியான்னா ஒனக்கு தங்கச்சி! ஓர்மையிருக்கா?”

“ஆமா நீ எனக்கு யாரு?”

“அவ்ளோ ஆகிப் போச்சில்லா ஒனக்கு?”

“நீயில்லைன்னா எனக்கு வேற எவளும் கெடைக்க மாட்டான்னு நெனச்சியா தொட்டிக் கூய்மோளெ?”

“எல்லாம் பேசுவ நீ? இதுவும் பேசுவ இதுக்கு மேலயும் பேசுவ? இருலேய்! எங்க மாமா அற்புதராஜிக்கிட்ட சொல்லித் தாரேன்! நீ அவருகிட்ட வெட்டு வாங்கித்தாஞ் சாவப் போற!”

“ம்க்கும்! ஒம்மாமன் நக்குவாம்ட்டி! அந்த நாயால எனக்க மயித்த கூட வெட்ட முடியாது! என்கிட்ட ஒரு பென்சில் இருக்கு அத வேணும்னா செத்தித் தரச் சொல்லு! அவம் மவளுக்க முதுகுல படம் வரஞ்சிக் குடுக்கென்! போவியா அந்தால! வந்துட்டா ஆட்டிக்கிட்டு!”

இந்த வார்த்தைகள் அவளது இருதயத்தைச் சுரண்டியிருக்க வேண்டும். பாவிமட்டை! நிஜமாகவே அற்புதராஜிடம் எனக்கும் ஸ்டெல்லாவுக்குமான புனிதமான காதலை நுரை வழியச் சொல்லிவிட்டாள். எனக்கு காய்ச்சலும் ஜன்னியும் வந்துவிட்டது. மூன்று நாட்களாக எனக்கு வந்த எந்த அழைப்பையும் ஏற்கவில்லை. பணகுடியில் ஸ்டெல்லாவுக்கு நிஜமாகவே முதுகில் படம் வரைந்தார்கள். என் காதலி ஸ்டெல்லாவுக்காக நான் அன்று அழுதேன்.

‘ஊரே உன்னைத் தூற்றும்போது உனக்காக ஒருத்தி உன் பக்கத்தில் நிற்கிறாளல்லவா.... அவளுக்காக நீ செத்துக் கூடப் போகலாம்! ஏனென்றால் அவள்தான் கடவுள்! நீ செத்தாலும்கூட அவர்களிடம்தான் போவாய்! ஸ்டெல்லா! மை டார்லிங்! ஐ லவ் யூவ்வ் டாவ்வ்!’

ஒரு சர்வாதிகாரியின் காதல் என்பது சர்வாதிகாரத்தின் மீது பெய்யப்பட்ட மூத்திரம் போன்றது. அது சடுதியில் சர்வ அதிகாரத்தையும் நனைத்துப் போடுகிறது. அதுபோலவே என்னுடைய காதல் சர்வ அதிகாரத்தையும் மார்சியாவின் கால்களால் நசுக்கிப் போட்டது.

"ஸ்டெல்லா அற்புதராஜால் தண்டிக்கப்பட்டாள்! நான் மார்சியாவால் தாக்கப்பட்டேன்!"

இந்த இரண்டு வரிகளையும் நீங்கள் ஒரு கவிதையினைப் போலவே பாவிக்க வேண்டும்! ஏனென்றால் கவிதை என்றாலே வலிகள் நிறைந்த வரிகள் என்பதுதான் இப்போதைய இலக்கியத்தின் இலக்கற்ற துயர்மிகு துயரம்! கவிஞர்களும் கூட அதையே பறைசாற்றி வருவது குறிப்பிடத்தக்கது.

அத்தியாயம் 11
காதலின் அந்திமம்

அதற்கடுத்தநாள். ஸ்டெல்லாவுக்கும் எனக்குமான ஒரு இரவுக் காதலின் கடைசிநாள்! அதுதான் எனக்கும் மார்சியாவுக்குமான பிரிவின் முதல் நாள்! மார்சியா என்னை போனில் விளித்து மத்தியாஸ் வார்டு அருகே வரச் சொன்னாள். நானும் பைக்கைக் கிளப்பி அங்கே போய்ச் சேர்ந்தேன். மார்சியாவின் புதிய ஹோண்டா ஆக்டிவா வண்டியைக் கண்டவுடன் எனக்குக் கோபம் அதிகமானது. அங்கு மார்சியாவும் அவளது கல்லூரித் தோழி கிளாராவும் நின்று கொண்டிருந்தார்கள். கிளாராவைக் கண்டதும் எனக்குக் கிளர்ச்சியாகிப் போனது. அவள் ஒரு கிளாமர் கிளி.

தினந்தோறும் மாலையில் மகளிர் கிறிஸ்தவக் கல்லூரியிலிருந்து அவள் வெளியேறும் சமயத்தில் இருசக்கர வாகன ஓட்டிகள் நிறைய பேரின் வாயைப் பிளக்க வைத்து கபாலத்தையும் பிளக்க வைத்த பெருமை அவளைச் சாரும். அவள் மட்டும் கூட வருவாள் என்று தெரிந்திருந்தால் உடனடியாக ஒரு காதல் கடிதத்தை எழுதி கையோடு எடுத்துக் கொண்டு வந்திருப்பேன்.

வண்டியை ஸ்டாண்ட் போட்டு இறங்கினேன். மணி மாலை ஏழரை. கிளாராவின் முகத்தில் ஒருவித காதல் இருந்ததைக் கவனித்தேன். சரி! ஒரு காதலின் முடிவு இன்னொரு காதலைத் தோற்றுவித்தால் நல்லதுதானே? என்ற பரோபகார மனப்பான்மை என்னுள் விதை ஒன்றை விதைத்திருந்தது.

"அங்க என்ன மயித்தப் பாக்க நீ?" என்று மார்சியா கொப்பளித்தாள். நான் கிளாராவின் முகத்திலிருந்து கண்களை விலக்காமல்,

"மயிரு தயிருன்னு பேசுனீன்னா பல்ல தட்டி கைல தந்துருவம் பாத்துக்காட்டீ?"

அங்கே ஒரு சிறிய சண்டைக்கான ஆயத்தம் கூடியது. மார்சியா நெடுநெடுவென என்னிடம் வந்து நின்றாள். நான் அவளைப் பார்த்தேன். அவளது உதடுகள் அழகாக இருந்தன.

'சை! இந்த உதட்டழகியையா திட்டினேன்?' இந்தப் பாழாய்ப் போன நாவுகள்தான் எத்தனை வன்மமானவை? எத்தனை முறை சுவைத்திருப்பாய் இந்த உதடுகளை? கொஞ்சம் கூட நன்றியுணர்ச்சியே இல்லையா? என என் மனம் கொதித்தது.

"இந்தா புடி! ஒனக்க ஒணந்த போனு! இனி இதுக்க தேவ எனக்கு கெடையாது!"

அது ஒரு நோக்கியா 7610 மொபைல் ஃபோன். நானும் அவளும் பேசுவதற்காக நான் வாங்கிக் கொடுத்த ஃபோன். அப்போது அதன் விலை அதிகம். பொதுவாகவே மனித மூளைக்கென்று ஒரு குணம் உண்டு. காதலன் அல்லது காதலியிடமிருந்து நம்முடைய தேவைக்காக நாம் பெற்றுக் கொண்ட ஒரு பொருளை அந்தக் காதலின் முறிவில் திருப்பிக் கொடுக்காவிடில் நம்முடைய மானமே போனது மாதிரி உணர்ந்து கொள்வது. அதற்காகத்தான் அதை திருப்பித் தருவதற்காக வந்திருந்தாள் மார்சியா. தந்தும் விட்டாள். மானஸ்தியாம்!

நான் கண்ணீர் மல்க அந்த ஃபோனைக் கையில் வாங்கிக் கொண்டு அதைப்பார்த்தேன். மனித மூளைக்கு இன்னொரு குணம் உண்டு. காதலன் அல்லது காதலிக்கு தேவைக்காக நாம் வாங்கிக் கொடுத்த ஒரு பொருள் அந்த உறவின் முறிவின்போது அதைத் திரும்ப வாங்க நேர்ந்தால் அதை நேர்த்தியாகப் பாக்கெட்டுக்குள் வைத்துக் கொண்டு வந்து விட முடியாது. அது ஒரு ஈகோ நிலை. அதை மட்டும் கடந்துவிட்டால் அந்தப் பொருள் உருப்படும். ஆனால் மனித மூளையாயிற்றே?

பக்கத்தில் இருந்த சுவரின் மீது எறியப்பட்ட அந்த நோக்கவியலா நோக்கத்துக்காகக் கொள்முதல் செய்யப்பட்ட நோக்கியா 7610 மொபைல் ஃபோன், ஏழு, ஆறு, ஒன்று, பூச்சியமாக நொறுங்கிக் கிடந்தது. மார்சியா அதைக் கண்டும் காணாமல் நின்றதைக் கண்டு கோபம் அதிகமாகிக் கத்தினேன்.

"போயி அத எடுத்துட்டு வாட்டீ?"

"நா என்ன மண்ணாங்கட்டிக்கி எடுக்கணும்? நீ போயி எடுத்துட்டு வா! நீதானே வீசுன?"

“எடுக்கியா? இல்லைன்னா இந்த வண்டிய தீவச்சிக் கொளுத்தவா?” என்று மீண்டும் கத்தினேன்.

சாலையில் போனவர்களின் கண்களெல்லாம் எங்களை நோக்கவே கிளாரா சற்றே நெளிந்தாள். அவளது நெளிவு சுளிவுகளை நான் வெகுவாக ரசித்ததை கிளாராவும் ரசித்தாள். மார்சியா நான் கத்தினதையடுத்து சாலையின் ஓரத்தில் சிதறிக் கிடந்த அந்த ஃபோன் துண்டுகளைப் பொறுக்கிக் கொண்டிருந்தாள்.

நான் கிளாராவிடம் போய் சன்னமான குரலில், “அன்பே கிளாரா! என்னுடைய மார்சியா மீதான காதலின் துவக்கப்புள்ளி நீதான் என்பதை அறிவாயா?”

“நே....!” கிளாரா திருதிருவென விழித்தாள். மார்சியாவுக்கும் குழப்பம். கடகடவென ஃபோன் துண்டுகளைப் பொறுக்கத் துவங்கினாள். காதலிக்கும்போதே தங்கள் காதலன் தங்களுடைய தோழிகளுடன் உரையாடுவதை எந்தப் பெண்களாலும் பொறுத்துக் கொள்ள முடியாது எனும்போது அந்தக் காதல் முறியும் ஒரு மகாமகத் தருணத்தில் மார்சியாவால் அந்தச் சூழலைத் தாங்கிக் கொள்ளவே முடியவில்லை என்பதை அவளது வேகத்தில் நான் கண்டேன்.

“அவம் பொய் சொல்லுவாம்ட்டீ! அவன நம்பாத!” என்று மார்சியா கிளாராவிடம் சத்தம் போட்டாள்.

நான் விடவில்லை, “எங்கம்ம மேல சத்தியமா சொல்லுகெம்ட்டி கிளாரா! மொத மொதல்ல நா ஒன்னியப் பாக்கத்தா வந்தேன்! ஆனா இந்தா குத்த வச்சி கெடக்கால்லா கல்லூளி மங்கி... அவதான் எனக்க மனச கலச்சி என்னைய வளச்சிப் போட்டுட்டா பாத்துக்கா!”

கிளாராவின் முகத்தின் சந்தேகத்தின் ரேகைகள்! மார்சியாவின் முகத்தில் அதிர்ச்சி! என் உடல் முழுக்கக் காதல்! மார்சியாவும், கிளாராவும் ஒருவர் முகத்தையொருவர் பார்த்துக் கொண்டார்கள். நான் இருவரையும் ஒரே நேரத்தில் பார்த்துக் கொண்டிருந்தேன். ஒரு காதல் நிறைவு பெறும் அவ்விடத்திலேயே தோன்றும் இன்னொரு காதல் என்பதுதான் தெய்வீகத்தன்மை பொருந்தியது என்றால் அது மிகையில்லை.

மார்சியாவும், கிளாராவும் சேர்ந்து ஒரே வண்டியில் வந்தவர்கள் தனித்தனியே கிளம்பிப் போனார்கள். கிளாரா ஆட்டோ

அமர்த்திக் கொண்டு தனியாகப் போனாள். மார்சியா என்னைச் சபித்துக் கொண்டே வண்டியைக் கிளப்பிக் கொண்டு போனாள். முன்னாள் காதலிகளின் சாபமென்பது சாக்கடையைப் போன்றது. நாமும் திருப்பி எறிந்தால் நம்மீதே தெறிக்கும்!

தூரத்தில் போன அவளைச் சப்தமாக பெயர் சொல்லி அழைத்தேன். "மார்சியா் மை டார்லிங்!" அதுவரைக்கும் காற்றுக் குமிழிகளில் அவளோடான காதலை நிறைத்து வைத்திருந்தேன். வண்டியை நிறுத்தித் திரும்பிப் பார்த்து மார்சியா சொன்ன அந்த ஒற்றை வார்த்தையில் ஒரு நீர்க்குமிழியைப் போல அந்தக் காதல் வெடித்துத் தெறித்தது.

"போலே! வெண்டித் தா...ளி!"

அதன் பின்னர் மூன்று நாட்கள் எந்த ஃபோன் அழைப்புகளோ, குறுஞ்செய்திகளோ அவளிடமிருந்து இல்லை. "உன்னால்தான் மார்சியா மூன்று நாட்களாக அழுதுகொண்டிருக்கிறாள்" என்று கிளாரா என்னிடம் சொன்னாள். எனக்கு கிளாரா மீது காதல் பிறந்தது. இழவோடு சேர்த்து அம்மங்கொடை கூடாது என்பதால் அந்தக் காதலை நான் கிளாராவிடம் சொல்லவில்லை. ஒரு மனிதனின் வாழ்க்கையில் ஒருமுறை கூட காதல் வராமலிருக்கலாம். ஆனால் காதல்தான் வாழ்க்கை என்பதை அவன் மறந்து விடக்கூடாது.

இதோ அன்று போனவள் இன்று ஐந்து ஆண்டுகள் கழிந்து என்முன்னே நிற்கிறாள்.

'எந்தக் காரணமுமின்றி என்னுடைய காதலைத் தொலைத்தவன் நீ!' என்ற குற்றச்சாட்டை மார்சியா என் முன்பாக வைத்தாள். நான் அவளிடம் எதுவும் பேசவில்லை.

"உனக்கும் நல்லபடியாக ஒருநாள் திருமணம் நடக்கும்! அதுவரைக்கும் காத்திரு! என்னைவிட உனக்கு ஒரு நல்ல ஆண் கிடைப்பான்! உன் கல்யாணத்துக்கு எனக்கொரு அழைப்பிதழைக் கொடு! குடும்பத்தோடு வருவேன்!" என்ற வழக்கமான வழக்கொழிந்த பதிலை அவளிடம் சொன்னேன். என்னைக் காறித் துப்பாமல் அன்றைக்கும் இரண்டாவது முறையாக சாலையில் தனிமையில் விட்டுவிட்டுப் போனாள்.

அத்தியாயம் 12

சிங்கக்குகையில் கிடந்த நத்தை

இதோ இன்று அவளுக்குத் திருமணம். வெட்டப்பட்ட மரத்துக்கு வேரும் ஒரு கேடோ? என்று நினைத்திருப்பாளாயிருக்கும். எனக்கு அழைப்பிதழ் தரவில்லை.

அவளால் நான் தெருவில் நிற்பது இது மூன்றாம் முறை. ஆனால் இன்று நான் கடுத்த போதையில் உள்ளேன். மொபைல் போனை எடுத்து பார்த்தேன். முப்பத்தியைந்து மிஸ்டு கால்கள். மனைவியிடமிருந்து வந்து கிடந்தது. இன்றுதான் என் வாழ்வின் அந்திமம் என்பது தெரிந்து போனதால் போதை என்னை விட்டு அகன்றது. சொப்பனத்தில் சோறு தின்றால் வயிறு நிறையாது என்பதைப் போல உங்கள் காதலிகளின் கல்யாணத்தை நீங்கள் நேரில் கண்டதுண்டா?

இந்த உவமையும் எடுத்துக்காட்டும் உங்களுக்குப் புரியவில்லையல்லவா? ஆம் புரியாது! ஏனென்றால் நான் இப்போது குடித்திருக்கிறேன்! மேலும் இன்று என்னுடைய முன்னாள் காதலியான ஜாப் மார்சியாவுக்குக் கல்யாணம் நடந்து கொண்டிருக்கிறது! என் மனம் மிகவும் துன்பமாகயிருக்கிறது! நான் என்னுடைய பைக்கைத் தொலைத்துவிட்டு வீட்டுக்குப் போக முடியாமல் நின்று கொண்டிருக்கிறேன்.

'முடிவுதானே இது?' என்றாலும் துவக்கத்தைத் தொலைத்துவிட்டால் இந்தக் கதையை முடிவுக்குக் கொண்டு வரவியலாது. காதல் என்பது நம்முடைய பிறப்புக்கு எப்படி ஒரு முகாந்திரமாய்த் திகழ்கிறதோ அதேபோல நம்முடைய மரணத்துக்கும் காரணமாய் ஒரு காதலோ அல்லது காதலியோ அமைந்து போனால் வாழ்வில் அதைவிடப் பெரிய துயரம் கிடையாது...

காதல்முறிவு என்பது ஒரு கால அட்டவணையின் திரிபுதான். அதுவரையிலும் நீங்கள் செய்து கொண்டிருந்த பணியைத்

திடீரென்று ஒருநாள் தலைகீழே செய்ய வேண்டி வந்தால் அதுதான் காதல் தோல்வி. ஏனென்றால் கால அட்டவணை என்பது சாமானியமானதல்ல. 'வரலாற்று ஆசிரியர்தானே வருவார்? வாயைப் பிளந்து கொண்டே கதை கேட்கலாம்!' என்று எண்ணிக்கொண்டு வகுப்பறையில் நீங்கள் உறங்க முயலும் போது, நான்கு நாட்கள் விடுமுறையில் இருந்து விட்டு, மொத்தமாய் எல்லாப் பாடவேளைகளையும் கடன் வாங்கிக்கொண்டு வகுப்புக்குள் நுழையும் கணித ஆசிரியர் போன்றதுதான் ஒரு பெண்ணோடான காதலின் முறிவு அல்லது தோல்வி.

காதலும், காதலியுமற்றுக் கிடந்த அந்த வெற்று சூரியச் சுழற்சி கொஞ்சம் கொடூரமாகத்தான் இருந்தது. தனியே கிடந்த நாய் தரையோடு விளையாடியது போலத்தான் எனக்கு அந்த நாட்கள் கழிந்தன.

காதல் என்றாலே கண்ணீரும், கம்பலையும், காட்டுக் கூச்சலும், கதாகாலட்சேபங்களும், கதறலுமாய்த்தான் இருக்குமென்பது காதலிக்கத் துவங்கும்போது பெரும்பாலும் தெரிவதில்லை. தெரிந்தாலும்கூட உங்களால் எதையும் கிழித்து விட முடியாது. நானும் அப்படித்தான் கிடந்தேன்.

அவளும் கிளாராவும் தனித்தனியே கிளம்பிப் போன அந்த நாளிலிருந்து பத்து நாட்கள் கழித்து மார்சியாவைப் பார்த்தேன். யாரோடோ சிரித்துப் பேசிக்கொண்டிருந்தாள். எனக்குப் பொறுக்கவில்லை. 'எப்படி இவள்களால் இந்தத் துக்கத்திலும் சிரிக்க முடிகிறது?'

இன்னொன்றையும் யோசிக்கத் தவறவில்லை. எது துக்கம்? யாருக்குத் துக்கம்? எதனால் துக்கம்? துக்கமென்றால் நான் ஏன் அழவில்லை? காதல்முறிவு என்பது எனக்கும்தானே? அவள் மட்டும் ஏன் துக்கித்துத் திரியவேண்டும்? ஆண் என்றால் துக்கம் வராதா? பெண் மட்டும்தான் துக்கப்பட்டு கண்ணீர் சிந்தவேண்டுமா? அவளுடைய பிரிவு எனக்குத் துயரத்தை வழங்காதபோது என்னுடைய பிரிவின் துயரை ஏன் அவள் அனுபவிக்க வேண்டும்?

ஆனாலும் அவளது மகிழ்ச்சியை என்னால் ஏற்றுக் கொள்ள முடியவில்லை. எவ்வளவு திமிர் இருந்தால் இப்படி சிரிப்பாள்? இவளைக் கொன்றுவிட்டால் எல்லாம் சரியாகிவிடும்! சொத்தே அழிந்தாலும் அப்பா நம்மை ஜாமீனில் விடுவிப்பார்! என்ற நம்பிக்கையில் மார்சியாவைக் கொல்ல முடிவெடுத்தேன்.

'எப்படிக் கொல்லலாம்?'

இரவு முழுக்க உறக்கமில்லை! ஏனோ என் மனம் வலித்தது. என் மீதான அவளது காதலின் அரவணைப்பை அவள் என்னைவிட்டு விலக்கி இன்றோடு பத்து நாட்களாகின்றன.

பொதுவாகவே பெண்கள் தங்கள் காதல் தோல்வியின் முதல் நான்கைந்து நாட்கள் அந்தத் துக்கத்தை வெகுவாக அனுபவித்து, அழுது கொண்டாடி தங்கள் மனச்சங்கடத்தைக் கரைத்து விட்டு இயல்பாகவே இலகுவாகி விடுவார்கள் என்றும், ஆண்கள் தங்கள் காதல் தோல்வியின் முதல் ஐந்து நாட்கள் ஜெயிலில் இருந்து விடுதலையாகி வந்து கூத்தடித்துக் கொண்டாடி, மலைக்காளை போலச் சுற்றிவிட்டு அந்த ஐந்து நாட்களுக்குப் பின்னர் மீண்டும் ஜெயில் கம்பிகளையும், களியையும், சக கைதி சகாக்களையும் தேடி அழுவது போல நிரந்தரத் துக்கியஸ்தர்களாகி விடுவார்கள். இதுதான் ஆண்கள் மற்றும் பெண்களின் மனோதத்துவ வேறுபாட்டு நிலை.

அழுதாலோ, தூங்கினாலோ பெண்கள் தங்கள் கஷ்டத்தையும், கோபத்தையும் மறந்துவிடுவார்கள். ஆண்களுக்குக் கோபத்திலும், கஷ்டத்திலும் அழுகை வரும்: ஆனால் தூக்கம் வராது! இது ஆண்களுக்கே உரிய சாபக் கேடு! சாவு மவனே! என்று என்னுடைய உள்ளம் கதறியழுதது.

அவளைக் கொல்வதை விட நாம் ஏன் சாகக் கூடாது? என்ற கேள்வி ஒன்றை என்னுடைய மனசாட்சி முன்வைத்தும்கூட, 'நா என்ன மயித்துக்குச் சாவணும்?' என்ற என்னுடைய 'ஆண் என்னும் அல்பத்தனம்' இன்னொரு கேள்வியை பின்வைத்தது. புத்தி மழுங்கவே கத்தியொன்றைத் தீட்டினேன். அதிகாலையில் நேரமே எழுந்து அந்தக் கத்தியைத் தூக்கி இடுப்பில் சொருகிவிட்டு பைக்கை உதைத்தேன். அன்று அவளுக்கு முதல் நாள் கல்லூரி.

நான் அந்தப் பேருந்து நிறுத்தத்தில் ஒருபோதும் நின்றதில்லை. அன்று அவளுக்காக நின்று கொண்டிருந்தேன். அதுவும் ஒருத்தியை, உயிருக்குயிராய்க் காதலித்த பெண் ஒருத்தியைக் கத்தியை எடுத்துக் குத்திக் கொல்வதற்காகக் காத்திருக்கிறேன்.

எத்தனை சின்னப் புத்தியைக் கொண்டது இந்த மனித மனம்? ஒருத்தி தன்னை நேசிக்க மறுத்தால் அல்லது நேசத்தைக் கைவிட்டால் அவளைக் கொன்றுவிட வேண்டும்? இதுதான் இந்த மனிதர்களின் தொன்றுதொட்ட வழக்கம். நானும் மனிதன்தானே? காத்திருந்தேன்.

அத்தியாயம் 13

மஞ்சத்து நெஞ்சத்தின் வஞ்சம்

வாட்சைப் பார்த்தேன். மணி ஒன்பது... இப்போது வந்துவிடுவாள். அப்போது அந்தப் பேருந்து நிறுத்தத்தில் நிறைய இளம்பெண்கள், குழந்தைகள் ஆகியோர் நின்று கொண்டிருந்தார்கள். நான் இங்கே வைத்து அந்தக் கொலையை செய்தால் இந்தக் குழந்தைகள் பயந்து விட மாட்டார்களா? என்ற எண்ணம் எனக்குள் எழுந்தாலும், புலிக்கு புறாவின் மீது என்ன மையல்?

மழை தூர ஆரம்பித்தது. அப்போது இளைஞன் ஒருவன் டூவீலரில் வந்து இறங்கி அங்கே நின்று கொண்டிருந்த பெண் ஒருத்தியிடம் கத்தினான், "எட்டீ! லவ்வு பண்ணும்போதெல்லாம் கொம்மைகிட்ட பெர்மிஷன் கேக்காண்டாம்? என்ன சாதின்னு சர்ட்டிபிகேட் தேவையில்ல! ஆனா கலியாணம் பண்ணணும்னா துபாய் மாப்பள வேணும்லியா ஒனக்கு? இந்தா வாங்கிக்கா!"

என்றவாறே யாரும் எதிர்பாராத நொடியில் தன்னுடைய இடுப்பிலிருந்த கத்தியை எடுத்து அந்த இளம்பெண்ணின் விலா எலும்பில் சொருகினான். எனக்கு ஒரு கணம் மூச்சே நின்று போனது. அங்கு நின்றிருந்த அத்தனை பேரும் கூச்சலிட, அந்தப் பெண் அலறிச் சரிந்தாள். அருகில் நின்ற மக்கள் அந்த இளைஞனைத் துரத்த நான் எழுந்து போய் அந்தப் பெண்ணைப் பிடித்தது வரைதான் எனக்குத் தெரியும்.

மருத்துவமனையின் படுக்கையில் கண்விழித்தேன். கையில் குளுக்கோஸ் ஏற்றிக் கொண்டிருந்தார்கள். நான் மெதுவாக நர்ஸைக் கூப்பிட்டுக் கேட்டேன்.

"எனக்கு என்ன அசுகம் சிஸ்டர்?"

அதுவரைக்கும் அப்படியொரு சம்பவத்தை நேரில் கண்டிராதபடியாலும், ரத்தத்தைக் கண்டால் எனக்கு மயக்கம் வந்துவிடுமாதலாலும் என்னையும் அந்த ஆம்புலன்சிலேயே

ஏற்றிக் கொண்டு வந்து மருத்துவமனைக்குள் வீசியதாக நர்ஸ் தெரிவித்தாள். டாக்டர் வந்து என்னை விடுவித்து வீட்டுக்குப் போகச் சொன்னார். பில் எதுவும் தர வேண்டாம் எனவும், சம்பவம் நடந்த இடத்திலிருந்த அத்தனை பேரிலும் அந்தப் பெண்ணுக்கு உதவ முன்வந்த என்னுடைய மனிதாபிமானத்துக்கு நன்றியும் தெரிவித்தார்.

ஒரு மருத்துவம் படித்த மருத்துவர், வயதில் ஒரு பெரிய மனிதர் என் முன்னே கைகூப்பி நின்றதைக் கண்டதும்தான் மனிதாபிமானத்தின் விலையை அறிந்தேன். இரக்க குணத்துக்கும், அரக்க குணத்துக்கும் ஒரு நான்கு இன்ச் கத்திதான் இடைவெளி. நாணிக் குறுகிப் போனேன்.

மெதுவாக எழுந்து நடந்து வந்து கத்திக்குத்து வாங்கிய அந்த இளம்பெண் இருந்த அவசர சிகிச்சைப் பிரிவு அறையின் வெளியில் நின்று கொண்டிருந்தேன். அவளுடைய அம்மா அங்கிருந்த ஒரு பெஞ்சில் அமர்ந்து அழுது கொண்டிருந்தாள். அவள்கூட துணைக்கு யாருமில்லை. நான் அவளைத் தேற்றினேன்.

அந்தப் பெண்மணிக்குத் திருமணம் முடிந்து பத்து வருடங்கள் குழந்தையில்லாமல் ஒரு பெண் குழந்தை பிறந்திருக்கிறது. அந்தக் குழந்தைக்கு 'நிலா' என்று பெயரிட்டு வளர்த்திருக்கிறார்கள். அந்த அம்மாவின் கணவர் ஒரு லாரி டிரைவர். நிலாவுக்கு மூன்று வயதிருக்கும்போது அவர் ஒரு சாலைவிபத்தில் இறந்து போயிருக்கிறார்.

குடும்பத்திலிருந்த ஒரே ஒரு பொருளாதாரத் தூண் சாய்ந்துவிடவே, வயிற்றுப் பாட்டுக்கு அந்த அம்மா பூ கட்டி வியாபாரம் செய்து அந்தப் பிள்ளையை வளர்த்திருக்கிறாள். அதிகாலையில் பூவைக் கட்டி நிலாவிடம் கொடுத்து விடுவாளாம்.

நிலாவும் அந்தப் பூக்களை ஒரு கூடையில் வைத்து எடுத்துக் கொண்டு போய் சக மாணவர்களின் எள்ளலுக்கும், பரிகாசத்துக்கும் மத்தியில் தெருவில் வைத்து விற்று, அந்தக் காசிலேயே படித்து நல்ல மார்க் வாங்கி கஷ்டப்பட்டு எஞ்சினியரிங் படித்து இதோ ஒரு கல்லூரியில் சொற்ப சம்பளத்தில் வேலை செய்து தனது அம்மாவோடு ஜீவனம் நடத்திக் கொண்டிருந்திருக்கிறாள்.

இடையில் தன்னோடு கல்லூரியில் படித்து அதே கல்லூரியில் வேலைக்குச் சேர்ந்த அருணுக்கும், நிலாவுக்கும் காதல் மலர்ந்திருக்கிறது. இரண்டு வருட காதலின் முடிவாக சாதி

இடையில் வந்திருக்கிறது. நிலாவின் குடும்பம் கடுமையாக எதிர்க்கவே தன்னுடைய சொந்த சாதியிலேயே துபாயில் வேலை செய்யும் இளைஞனோடு நிலாவுக்கு நிச்சயதார்த்தம் நடந்திருக்கிறது.

அருணும் நிலாவோடான தன்னுடைய காதலைத் தன் வீட்டில் சொல்ல அங்கும் சாதியே துருத்திக் கொண்டிருந்திருக்கிறது. வீட்டுக்குத் தெரியாமல் எங்காவது ஓடிப்போய் திருமணம் செய்துகொள்வோம் என்று அருண் நிலாவிடம் சொல்ல, “அது என்னுடைய தாயைக் கொல்வதற்குச் சமம்” என்று நிலா மறுத்திருக்கிறாள்.

கல்லூரியில் வைத்தே அருண் நிலாவோடு சண்டைக்கு நிற்க, கல்லூரி நிர்வாகம் அருணை வேலையைவிட்டுத் துரத்திவிட்டிருக்கிறது. அதன்பின்பாக நிலா அருணைச் சந்திப்பதை நிறுத்தியிருக்கிறாள். நான்கைந்து முறை தொடர்பு கொண்டும் அவனுடைய வேண்டுகோளுக்கு சம்மதிக்காத கோபத்தில் அவன் புத்தி மழுங்கிப் போய்க் கத்தியைத் தீட்டியிருக்கிறான். இதோ குற்றுயிறுமாகவும், குலையுயிறுமாகக் கிடக்கிறாள் நிலா.

நான் துவண்டு போனேன். என்னுடைய மடியில் இருந்த கத்தி ஒரு புழுவைப் போல நெளிந்து கொண்டிருந்தது எனக்கு அருவருப்பாக இருந்தது. ஒரு உயிரற்ற கத்தியால் ஒரு உயிரைப் பறித்து விட முடிகிறதல்லவா? கூர்மையான கத்தியால் வெங்காயம் வேண்டுமானால் வெட்டமுடியும்! கூர்மையற்ற புத்தி வெட்டவெட்ட உரிந்து கொண்டே ஒன்றுமில்லாமல் போகும் வெங்காயம் போன்றது! பத்து பைசாவுக்குப் பிரயோஜனம் கிடையாது!

நான் அந்த அம்மாவிடம் போனேன், “அம்மா!”

என்னை ஏறிட்டுப் பார்த்துக் கொண்டே என்னிடம் அவர்கள், “ஆமா! நீ யாருப்பா தம்பி?”

“நா யாருமில்லம்மா?”

“நீ எதுக்குப்பா இங்க வந்து எனக்க சோகக் கதைய கேட்டுகிட்டு நிக்க?”

“நாந்தாம்மா காலையில இந்த சம்பவத்தப் பாத்து உங்க மகள தூக்கி ஆம்புலன்சுல ஏத்துனேன்!”

இதைக்கேட்டு அந்த அம்மா மீண்டும் பெருங்குரலெடுத்துக் கதறினாள். நான் அவர்களது தோளைப் பிடித்துக் கொண்டே,

“அழாதீங்கம்மா! எனக்கும் கூடப் பொறந்தவங்கன்னு யாருமில்ல! எல்லாருக்கும் அக்கா, தங்கச்சி, அண்ணன், தம்பின்னு இருக்கதப் பாத்துக்கிட்டு எங்கம்மாகிட்டப் போயி கேப்பேன்! எனக்கு ஏம்மா கூடப் பொறந்தவங்க யாருமில்லைன்னு! அதுக்கு எங்கம்மா, உங்கப்பங்கிட்டப் போயி கேளுன்னு சொல்லிரும்!”

என்று சொல்ல அந்த அம்மா என்னைத் திருதிருவென விழித்துக் கொண்டே பார்த்தார்கள். நான் தொடர்ந்தேன்,

“அந்த அருண் நல்ல பையனாம்மா?”

“நல்ல பையந்தாம்ப்போ! எங்க வீட்டுக்கு வந்து பலதடவை பேசுனான்! ஆனா எனக்க அண்ணந்தம்பிமாருவ சம்மதிக்கல்ல! அந்தப் பையன் வீட்டுலயும் சம்மதமில்ல!”

“ஏம்மா! அவங்க சம்மதிக்கலை?”

“அவங்க வேற ஆளுக மக்களே?”

“வேற ஆளுகன்னா?”

“வேற சாதி மக்கா!”

“சாதின்னா கம்முனாட்டி சர்ட்டிஃபிகேட்டுல போட்டுருப்பாங்கல்லா? அதானே?”

“ஆமப்போ?”

“இதென்ன பெரிய காரியம்? சர்ட்டிஃபிகேட்டுல மாத்திற வேண்டியதானம்மா? அழிச்சிட்டு ரெண்டு பேர்ல யாரோ ஒருத்தரோட சாதி பேர பொதுவா போட்டுற வேண்டியதான?”

அவள் திகைத்தாள். அவளுக்கு ஒருகணம் அந்த அவசர சிகிச்சைப்பிரிவு மனநல மருத்துவமனையோ என்ற சந்தேகம் தோன்றியிருக்கக் கூடும். என்னிடம் தொடர்ந்து பேச அவளுக்கு அச்சம் எழுந்ததை உணர்ந்தேன். நானும் மெதுவாக,

“எம்மா! சாதியின்னா ஒடம்புல வித்தியாசம் தெரியாதுல்லா? ரெண்டு பேரும் நல்லா படிச்சிருக்காங்க! நல்ல பையன்னு வேற சொன்னீங்க? பேசாம நீங்க எல்லாரையும் எதுத்துக்கிட்டு கெட்டி வச்சிற வேண்டியதானே?”

அவளுக்கு மீண்டும் அழுகை கொப்பளித்தது,

“என்ன தம்பி அவ்வளவு லெகுவா சொல்லிட்ட? குடும்பத்த மீறி எதாச்சும் நா தன்னிச்சையா செய்ய முடியுமா? அன்னிக்கி எம்மாப்புளைய பறி குடுத்துக்கிட்டு மூணு வயிசு மதலைய தூக்கிட்டு வந்து நிக்கம்ப இந்தக் குடும்பம் என்னைய கிட்ட சேக்கலை! நாந்தா கஷ்டப்பட்டு எம்புள்ளைய வளத்துப் படிக்க வச்சி ஆளாக்குனேன்! இன்னிக்கி வந்து நின்னுக்கிட்டு சாதிங்கானுவோ! அந்தஸ்துங்கானுவோ! நமக்குச் சட்டிக்குள்ள இருக்காஞ் சனியன்! நா ஒரு பொம்பள! என்னத்த செஞ்சிற முடியுஞ் சொல்லு?”

நான் கோபப்பட்டுப் போனேன், “பொம்பளையின்னா என்னம்மா? இந்திராகாந்தி ஒரு பொம்பளை, கல்பனா சாவ்லா ஒரு பொம்பளை! அன்னிபெசண்ட் அம்மையார், அவ்வையார் இப்டி எல்லாரும் பொம்பளைகதானே? அவங்கல்லா சாதிக்கலையா?”

வரலாற்றுப் பாடங்கள் கைகொடுத்ததில் நான் முழங்கினேன். திடீரென்று என் மண்டைக்குள் ஒருகுரல்,

‘லேய் கொன்னத் தா...ளிமோன நிறுத்து! காலம்பற வூட்டுல இருந்து கத்திய எடுத்துக்கிட்டு நக்கவா போன? மார்சியா ஒரு பொம்பளப்புள்ள... அதுனால ஈஸியா செறச்சிரலாம்னுதானே வந்த? இதே ஒரு ஆம்பள கூட சண்டையின்னா கத்திய தூக்குவியா? கொட்டைய கலக்கிப் புடுவானுவோல்லா? நீ இங்க வந்து ஓரஞ்சாஞ்ச நியாய பூளலு பேசுக? கூம்பக் கலக்கிப்புடுவெம் பாத்துக்கா! மரியாதையா போயிரு!’

நான் வெட்கப்பட்டு போனேன். என்னுடைய மனசாட்சி ஒருபோதும் என்னை இப்படியெல்லாம் வசைபாடியதில்லை. நான் வாய் மூடி மவுனியானேன். அந்த அம்மாவிடம் கேட்டேன்,

“எம்மா ஆஸ்பத்திரி செலவுக்கு பைசா இருக்கா?”

“இல்ல தம்பி! இருந்ததையெல்லாம் வழிச்சி தொடச்சி இருவத்தஞ்சாயிரம் கெட்டிட்டேன்! போலீஸ் கேசுல்லா? எவ்ளோ ஆவும்னு தெரியலை! டாக்டர் நல்ல மனுஷன்! நெருக்கடி தரலை! கடசிலதாந் தம்பி எவ்ளோன்னு தெரியும்!”

“நா கொஞ்சம் பைசா ரெடி பண்ணுகம்மா!” என்று சொல்லிவிட்டு செல்போனை எடுத்து அப்பாவின் எண்ணுக்கு தொடர்பு கொண்டேன். யாரென்றே தெரியாது இந்த நிலா சகோதரியை!

கண்முன்னால் கத்திக்குத்துப் பட்டு வீழ்ந்த அந்த முகத்தை சரியாகக் கூடப் பார்க்கவில்லை. ஆனாலும் இந்தப் பாவப்பட்ட பிள்ளைக்கு நம் அப்பாவால் உதவ முடியும்.

அப்பா ஃபோனை எடுத்து, "என்னடே! காலத்த ஒரு மனுசன் நிம்மதியா ஆஃபீசுல வேல செய்யண்டாம்! ஒடனே விளிச்சிரணும்! என்ன கத? சீக்கிரஞ் சொல்லு! வேல கெடக்கு!"

"எப்பா! நா ஒரு கத்திக்குத்து கேசுக்காக ஆஸ்பத்திரியில நிக்கேன்!"

அவர் அதிர்ச்சியடைந்து, "என்னடே கெடந்து ஒளறுக? கத்திக்குத்தா?"

"பொறுங்கப்பா! முழுசா சொல்லட்டு!" என்றவாறே நடந்த முழுக்கதையையும் அப்பாவிடம் சொல்லி இருபத்தைந்தாயிரம் பணம் வேண்டுமென்றும், வேலைக்குப் போனவுடன் அதைத் திருப்பித் தந்துவிடுவதாகவும் சொல்ல அவருக்கு வியப்பு.

"என்னலே சொல்லுக? நீ வேலைக்குப் போவியா? எழவு கேக்கவே ஆச்சரியமா இருக்கு பாத்துக்கா! ஒங்கம்மைக்கிட்ட சொல்லிறாத! நெஞ்சி வெடிச்சி செத்துருவா!"

எனக்கு வெட்கம் வந்து விட்டது, "எப்பா! பைசா வேணும்பா! என்னைய நம்பலைன்னா பரவால்ல! எனக்க சொத்து பிரிச்சித் தரும்போ அதக் கழிச்சிட்டுத் தந்தா மதி!"

"ம்க்கும்! இதுக்கொண்ணும் கொறச்சலில்ல! எந்த ஆஸ்பித்திரில கெடக்க?"

"மத்தியாசு வார்டு!"

"இரு! கணேசன் மாமாகிட்ட பைசா குடுத்து வுடுகென்! கத உண்மதானே? பொய்யி ஒண்ணுஞ் சொல்லீரலயே? வேறெதுக்கும் பைசா கேக்கியா?"

"கணேசன் மாமாவே வந்து ஆஸ்பத்திரி பில்லு கெட்டட்டும்! அப்போ தெரிஞ்சிரும்லா! உண்மையா பொய்யான்னு!"

"சரி சரி கோவப்படாத! பைசா கெட்டிக்கிட்டு அப்புடியே கணேசம் மாமாக்கூட வண்டியில ஏறி ஆபீசுக்கு வா! மத்தியானம் ஹோட்டல்ல சாப்புடப் போலாம்!"

“சரிப்பா!” என்றவாறே போனைக் கட் செய்தேன். சற்றைக்கெல்லாம் கணேசன் மாமா வந்து விட்டார். அவரிடமிருந்து பணத்தை வாங்கிக் கொண்டு போய் அந்த அம்மாவின் முன்பாக நின்று கொண்டு நீட்ட அவளுக்குத் திகைப்பு.

“தம்பி நீ வெளையாட்டா கேக்கன்னு நெனச்சேன்! இவ்ளோ பைசா ஒனக்கு யாதுப்போ?”

“எங்கப்பாக்கிட்ட கடன் வாங்கிருக்கேன் பெரிம்மா!”

அவளுக்கு மீண்டும் திகைப்பு, “வேண்டாந் தம்பி! என்னால இந்த காச ஒடனடியாத் திரும்பத் தர முடியாது! பின்னால ஏதும் பிரச்சனை வந்துறக் கூடாது!”

“நீங்க தரவேண்டாம்மா! நானே சம்பாதிச்சி எங்கப்பாகிட்ட குடுத்துருவேன்! கவலப் படாதீங்க! தேவை உள்ளவங்களுக்குத்தான் இது பைசா! தேவையில்லாம அடுக்கி வச்சிருக்குறவங்களுக்கு இது வெறும் பேப்பரு! வச்சிக்காங்க! சினிமா டயலாக்கு மாதிரி இருக்கும்! ஆனா இதுதா உண்மை! ஒங்களுக்கு என்னை மாதிரியே ஒரு ஆம்புளப் புள்ள இருந்துருந்தா இதத்தானே செஞ்சிருக்கும்?”என்று சொல்லி முடிக்கவும் என்னுடைய கண்களில் கண்ணீர் சாரை சாரையாக வடிந்து விட்டது. அதைக் கண்டதும் அந்த அம்மா பெருங்குரலெடுத்து என் கைகளைப் பற்றிக் கொண்டு அழுதாள். கணேசன் மாமாவுக்குக் குழப்பம். ஓடி வந்தார்.

“என்னடே மக்களே அழுக? ஊரையே அழ வைக்கவனுக்கு அப்புடி என்ன சோகம்?”

நான் கண்களைத் துடைத்து விட்டு கணேசன் மாமாவைப் பார்க்க அவர் என்னிடம், “ஓங்கிட்டத்தானே மக்கா கேக்கேன்? என்ன சோகம் ஒனக்கு?”

“சொல்லுகேம் மாமா? பொறவு சொல்லுகேன்!”

என்று சொல்லிவிட்டு அந்த அம்மாவின் கைகளில் பணத்தைத் திணித்து, “எம்மா! இந்தாங்க! புடிங்க! இதக் கைல வச்சிக்காங்க! கூடுதலு பணம் வேணும்னா எனக்க நம்பருக்கு போனடிங்க! பணங் கொண்டாறேன்!”

என்று ஒரு சின்ன துண்டு ஒன்றில் என் மொபைல் நம்பரை எழுதி அவளது கைகளில் தந்துவிட்டு பேனாவை பாக்கெட்டில் வைக்கும்போது என் இடுப்பிலிருந்த கத்தி தவறிக் கீழே விழுந்தது.

அதைக் கண்டதும் அந்த அம்மாவும், கணேசன் மாமாவும் திடுக்கிட்டார்கள். நான் சுதாரித்துக் கொண்டு அந்த அம்மாவிடம்,

“இதுவொன்னுமில்லம்மா! நா இங்க பக்கத்துல திருப்பதிசாரத்துல ஒரு ஆசாங்கிட்ட அடிமுறைகள், வர்மானியம், அடவுகள் படிக்கேன்! இன்னிக்கு கத்தி ஃபைட்டு சொல்லித் தாரம்னு சொல்லிறுந்தாரு! அதாங் கத்தி வச்சிருக்கேன்! நீங்க ஒண்ணும் சங்கடப் படாதீங்க!”

என்று சொல்லியவாறே கத்தி எடுத்து பின்பக்கத்தில் சொருக அது என்னுடைய பிருஷ்டத்தைப் பதம் பார்த்துவிட்டது. ஆனாலும் நான் வெளிக்காட்டவில்லை. கத்தி தன்னுடைய புத்தியைக் காட்டும்! கையிலெடுத்து விட்டால் பொறுத்துக் கொள்ளத்தான் வேண்டும்!

நாங்கள் அங்கிருந்து நகர்ந்து வண்டிக்கு வந்தோம். வரும் வழியில் கணேசன் மாமா என்னிடம்,”உண்மையச் சொல்லு! கத்திய எதுக்குக் கைல வச்சிக்கிட்டு சுத்துக?”

நான் எதுவும் பேசவில்லை. என் கண்களில் மீண்டும் கண்ணீர். கணேசன் மாமா ஒருகணம் என்னுடைய முகத்தைப் பார்த்து விட்டு என்னிடம் கேட்டார்,

“சொல்லு மக்களே! நீ இன்னிக்கு செஞ்சது பெரிய காரியம்! ஒரு தகப்பனில்லாத புள்ளைக்கி ஒரு சகோதரனா ஆபத்துல கூட நின்னல்லா மக்கா? அது ஒண்ணும் லேசான விஷயம் கெடையாது! பணம் இருவத்தஞ்சாயிரம் போனாலும் ஒங்கப்பா மொகத்துல அவ்ளோ சந்தோசங் கேட்டியா மோன? எம்புள்ளைக்கி கொஞ்சோல புத்தி வந்துட்டுன்னு சொல்லித்தான் அந்தப் பைசாவையே எங்கிட்ட தந்தாரு! வேலைக்கெல்லாம் போவேம்னு சொன்னியாமே? சாருக்கு ஒரே பெரும கேட்டியா?”

நான் மீண்டும் அமைதியாக வெளியில் வேடிக்கைப் பார்த்துக் கொண்டே வந்தேன். கணேசன் மாமா என்னிடம் மீண்டும்,

“சொல்லு மக்கா! அந்தக் கத்திய எதுக்குக் கொண்டாந்த?”

நான் நடந்த கதைகளைச் சொன்னதும் அவருக்குச் சிரிப்பு தாங்க முடியவில்லை. எனக்குக் கோபம் வந்து விட்டது.

“எதுக்கு மாமா சிரிக்கிய? அவரவர் துக்கம் அவரவருக்கு? நீங்களெல்லா லவ்வே பண்ணலியா?”

“ஹாஹாஹா! என்னடே இப்புடிச் சொல்லிட்ட? ஒங்க அத்த வள்ளியம்ம இருக்கால்லா? அவள அப்பமே வளச்சில்லா தூக்கிட்டு வந்து தாலியக் கெட்டுனேன்! அவுக வீட்டுல எதுப்பு! அவளுக்க அப்பன் கெடந்து கிறிச்சானுக்கு மறிச்சாம்னு வச்சான்! விடிய வெள்ளன டாக்ஸிய அமத்திக்கிட்டு தாழாக்குடிக்கிப் போயி கொளத்துல குளிக்க வந்தவள தூக்கிட்டு வந்துட்டம்லா?”

“அப்பொறம் அத்த குளிச்சாளா?”

“அடுத்த மாசமே அவள குளிக்க வுடாம ஆக்கிட்டம்லா மாமேன்?”

“என்ன செஞ்சிய?”

“அதெல்லாஞ் சின்னப் புள்ளைகள்கிட்ட சொல்லப்புடாது கேட்டியா?”

“யாரு நானா சின்னப்புள்ள?”

“அதில்ல மக்கா! லவ்வெல்லா இந்த வயிசுல வரப்பட்டதுதாங் கேட்டியா? அதுக்கு ரொம்பவெல்லா மெனக்கெடப்புடாது! வரும் போவும்! ஒலகத்துல என்னவோ ஒரே ஒருத்திதான் இருக்காங்கற மாதிரியெல்லாம் நெனச்சிக்கிட்டு யாந் திரியணும்? இவ போனா இன்னொருத்தி!”

நான் கார் கண்ணாடி வழியாக வேடிக்கை பார்த்தபடியே அமர்ந்திருந்தேன். அழகழகான பிள்ளைகள் நடந்து போய்க் கொண்டிருந்தார்கள். அப்படியே எதிர்காற்று முகத்திலடிக்க தூங்கிப்போனேன்.

அத்தியாயம் 14

சீனிவாசனின் ரத்தினக் கம்பளம்

ஒரு கோணிச்சாக்கின் நடுவே நானும் மார்சியாவும் அமர்ந்திருந்தோம். காற்று வேறு பயங்கர குளிர்ச்சியாகவும், வேகமாகவும் வீசிக் கொண்டிருந்தது. எங்கும் பனிமூட்டம். நான் குழம்பிப் போய்,

“இங்க எவம்ட்டீ வந்து பொக மூட்டம் போடுகான்? அவ்ளோ கொசுவ இங்கிட்டு காணுகதுக்கில்லையே?”

அவள், “வாய வச்சிக்கிட்டு சும்மா கெட! இது கொசு மூட்டம் இல்ல! மேக மூட்டம்! இப்ப நாம காதல் வானத்துல மெதக்கோம்!”

“என்னாது காதல் வானமா? என்ன எழவோ?”

அப்போதுதான் ஒன்றைக் கவனித்தேன். அந்த கோணிச் சாக்கு எங்கள் இருவரையும் சுமந்து கொண்டு பறந்தது. கீழே எட்டிப் பார்த்தேன். நாகர்கோயில் டவுன் ரயில்வே ஸ்டேசன் தெரிந்தது. நடைமேடையில் ஆட்கள் படுத்திருந்தார்கள்.

“வாவ்! டாப் ஆங்கிளில் பெண்கள் எத்தனை அழகாகத் தெரிகிறார்கள்?”

மார்சியா கேட்டாள், “நீ அந்த மார்வாடி புள்ளையத்தானே பாத்த?”

எனக்கு வெட்கம் வந்து விட்டது, “எப்டிளா கண்டு புடிச்ச?”

“பாம்புக்க கூம்பு கீரிப்புள்ளைக்கி தெரியும்! வாயப் பொளக்கத கண்டாலே வெளங்குகு! நா இங்க ஒருத்தி இருக்கும் போதே இன்னொருத்திய பாக்கியா நீ?”

‘நீ இருக்கதுனாலதான் இன்னொருத்திய பாத்தேன்! நீ லெச்சணமா இருந்தா நா ஏன் மத்த புள்ளையள பாக்கப் போறேன்?’ என்று தோன்றியதும் நான் வாய் பேசாமல் உட்கார்ந்து கொண்டேன். அப்போதுதான் எனக்கு அந்த சந்தேகம் வந்தது.

“கோணிச்சாக்கு எங்கன பறக்கும்?”

மெதுவாய்த் தலையைத் தாழ்த்தி சாக்கின் அடியில் பார்த்தேன். ஒரு தாயத்து அணிந்த நீல நிறக்கை விசில் வைத்தபடி கோணிச்சாக்கின் அடியில் தெரிந்ததைக் கண்டு கோபம் வந்துவிட்டது.

“எல தாயத்து கெட்டுன தா...ளி! யாம்ல சாக்குக்க அடில கெடக்க?”

கீழிருந்து உடனடியாக பதில் வந்தது, “எனக்க பேரு ஜீனி! இது ஒண்ணுங் கோணிச்சாக்கு கெடையாது! கோணப்பயல்கள் எங்கிருந்து வருவான்களோ? ரத்தினக் கம்பளத்துக்கும் கோணிச்சாக்குக்கும் வித்தியாசம் தெரியாத கொன்னப்பயல்!”

எனக்கு சிலிர்த்துவிட்டது,

“என்னாது ரெத்தனக் கம்பளமா? என்னத்த சொல்லுகான் மண்டயன்? எலே நீ வெளிய வாடே! ஒண்ணு ஒனக்க சோவாரடஞ்ச மோறைய பாக்கட்டு! பேர பாக்கலியா சீனி, மண்ணெண்ணைன்னு?”

ஜீனி சடாரென அந்தரத்தில் தோன்றி மார்சியாவிடம், “எஜமானி! உங்களோடு பயணிக்கும் ஆசாமி என்னை மரியாதைக் குறைவாக நடத்துவது போலத் தெரிகிறது?”

மார்சியா என்னை முறைத்தாள். நான் புத்தேரி குளத்தின் வனப்பை ரசித்துக் கொண்டிருந்தேன். அந்த இழவெடுத்த கம்பளம் தென்கிழக்கு நோக்கி நகர்ந்து தாழக்குடி குளத்தின் மீது பறந்து கொண்டிருந்தது. படித்துறையில் இளம்பெண்கள் நீராடிக் கொண்டிருந்தார்கள்.

“என்னவொரு அழகு? நான் கத்திவிட்டேன்... “எம்மோ சோப்பு தண்ணிக்குள்ளாற வுழுந்துட்டு... சந்தூர் சோப்புல்லா?”

மார்சியா கோபம் தாளாமல் கத்தினாள், “நா இங்க இருக்கம்போ ஒனக்கு அங்க என்ன நோட்டம் ஓந்தான்?”

“ஹிஹி... நீ குளிக்கலைல்லா! குளிச்சாலும் பாக்க முடியாது... குளிக்கவும் மாட்ட!”

மீண்டும் முறைத்தாள். நான் பூதத்தை விளித்தேன்,

“எப்போ சீனி! இந்தக் கம்பளம் யாருக்க? எங்கூரு ரேசங்கடைல கூட நல்ல கம்பிளி குடுப்பாவ!”

“இந்தக் கம்பளம் எங்க கண்ட்ராக்கு அலாவுதீனுக்கது... உங்கூருல அடிக்கிய காத்துல சந்தணமும், ஜவ்வாதும்லா கலந்து வருகு? கம்பளம் மணக்கதுக்கு? ச்சீ த்தூ!” என்றாவாறே பூதம் என்னைக் காறித் துப்பிவிட்டது.

எனக்கு வியப்பு. “அலாவுதீனா? யாரு கமலஹாசன சொல்லுகியோ?”

“இல்ல... பெர்சிய இளவரசன் அலாவுதீனு... அவருக்கும் லைலாவுக்கும் விவாகரத்தானவொடனே ஜீவனாம்சமா மாயவெளக்கு லைலாம்மா கைல போயிட்டு! அவுகளும் அலாவுதீனுக்க மேல உள்ள கோவத்துல ரொம்ப காலமா அத தேய்க்கவேயில்ல... நானும் அதுக்குள்ளாறவே தூங்கித் தூங்கி சோம்பேறியாயிட்டேன்... பொம்பளையளு எதத்தான் பத்திரமா வச்சிருப்பாளுவோ? எவனோ ஒரு களவாணிப் பயல் மாயவெளக்கத் தூக்கிட்டுப் போயி காயலாங்கடைல போட்டுட்டான்... அது கடல்கடந்து இங்குட்டு வந்துருக்கு! ஒலகத்துல உள்ள குப்பையளு பூரா இந்தியாவுக்குத் தானே வருகு! ரசியாவுல உள்ள இத்துப் போன அடுப்ப கூடன்கொளத்துல வச்சா மாதிரி...?”

‘அடடே பூதத்துக்குக் கூட நம்ம நாட்டுக் களவாணிப் பயல்களின் யோக்கியத தெரிஞ்சிருக்கே?’ என்ற எண்ணம் மேலிட்டது. மார்சியாவின் கையில் ஒரு விளக்கு இருந்ததை அப்போதுதான் கவனித்தேன். நான் கூட சம்படத்தில் இட்டிலி வச்சிருக்காளோ என்றுதான் நினைத்தேன். காரியம் மாய விளக்கா? சரிதான்... இனிமே நமக்குத் தரையில வேலையில்ல... கம்ப்ளீட்டா பறப்புதான்!

நான் கேட்டேன், “ஒனக்க முழுப் பேரு என்னடே?”

“ஜீனி! த டான் ஆஃப் பெர்சியா! லேபர் ஆஃப் பிரின்ஸ் ஆஃப் பெர்சியா!”

“என்னது டானா? அவ்ளோ பெரிய ஊச்சாளியால நீ! கொப்பன... ளி!”

“ஆமா, வடுப்படாம கம்பளத்துல ஒக்காந்து பறக்கல்லா? கொப்பனால கூட ஒன்னய பறக்க வைக்க முடியாது!”

‘அட உண்மைதான்... நாம பறக்கோம்லா?’ என்னும் உண்மை செவிட்டில் அறைந்து விட்டது.

“சரிப்போ... நீ நல்லா தமிழ் பேசுகியேடே... எப்புடியாக்கும்?”

“பெர்சிய மொழியவிட பழசுல்லா தமிழு! ஆனா உங்கூர்க்காரப் பயலுவ மட்டுந்தா மொழிக் குண்டிய ஓயாம கழுவுவானுவோ? ஒலகத்துலயே மொழிய வச்சி தரைய மொழுகுற பயல்கள இங்கதாங் காணமுடியும்! பறண்டுன தலையன்கள்!”

பூதம் கோபப்பட்டுவிட்டது.

“சரி பேசிட்டுப் போவட்டும்! காசா பணமா? சொல்லுகது நியாயந்தானே? நீ பேசுடே சீனிவாசா?”

மார்சியாவின் முகறை சோர்வடைந்திருந்தது. பூதம் விடவில்லை,

“தமிழ்ல ஒழுங்கா நாலு எழுத்து எழுதத் தெரியாது! நாலு வார்த்த ஒழுங்கா வாசிக்கத் தெரியாது! பங்கர நாய்களுக்கு மொழிப் பற்று ஒண்ணுதாங் கொறச்சல்! இந்திங்கானுவோ! அது என்ன எழவுன்னே தெரியலை... அராமிக்னு ஒரு மொழி இருக்கு! தமிழு, அராமிக்னு சேத்துப் புடிச்சி வெறவி ஒரு எழுத்த எழுதுனா அது பேரு இந்தியாடே? சமஸ்கிருதமாம்! தேவ லிபின்னு ஒருத்தன் சொன்னான்! எழுதிக் காட்டுன்னு சொன்னேன்! கொஞ்சூண்டு திருநீற பூசிட்டு கோவணத்துல இருந்த இரண்டு தினார் துட்ட ராவிட்டு போயிட்டான்! செத்த பெயலுவோ!”

பூதம் சொல்வதைக் கேட்டு புளகாங்கிதத்தில் நான் மகிழ்ச்சியடைந்திருந்தேன். மார்சியா கடுப்பின் உச்சத்தில், “இதே ஒரு மினி பஸ்ல போயிருந்தா நாலு பாட்டாவது போட்டுருப்பானுவோ! இந்த செத்த பய ஓயாம பேசிக்கிட்டிருக்கான்! இதுனாலதான் அந்த அலாவுதீனுக்க பொண்டாட்டி இந்த செவத்த அடிச்சி பத்தி வுட்டுருப்பா! பேசாம வாடே!”

பூதம் அடிபணிந்தது, “அப்படியே ஆகட்டும் எஜமானி!”

உள்ளபடியே அவள்தான் எனக்கும் எஜமானி என்பதால் நானும் அமைதியாக இருந்தேன். அந்த பூதம் அடிக்கடி இப்படி சொல்லிக் கொண்டிருந்தது,

‘ஜெய்ஶ்ரீராம் அல்லா ஜீசஸ்’

நான் கேட்டேன், “சீனிவாசா! எதுக்குடே மூணு கடவுளுக்க பேரையுஞ் சொல்லி லெம்பிகிட்டு திரிய நீ?”

பூதம் அசால்ட்டாக, “அந்த மூணு கடவுளுமே எங்க பாரசீக வட்டாரத்துல இருந்து புலம் பெயர்ந்து வந்ததுதான்... அவுக பேர

சொல்லுகதுக்கு நீயே எங்கிட்டதாம் பெர்மிசன் கேக்கணும்! ஏசுக்கு எந்த ஊரு? ஜெருசலேம் தெரிமா ஒனக்கு?”

“எங்க பாஸ்டரு சொல்லிருக்காரு மக்கா சீனிவாசா!”

“ஓங்க பாஸ்டருமாரு சொன்னா சரியாத்தான் இருக்கும்! ரொம்ப வருசமா படிக்கானுவள்லா! யேசு செத்தப்புறம் எங்க போனாருன்னு கேளு! ஓங்க பாஸ்டர்மாருவ வானத்த கையக் காட்டுவானுவோ! அங்க ஜெருசலேத்துல கொஞ்சம் பேரு யேசு செத்தாச்சின்னு சொல்லி ஒரு செவுத்துல முட்டிக்கிட்டு நிக்கானுவோ! நீங்க என்னடான்னா ஈஸ்டர் அன்னிக்கி புட்டும் கொண்டக் கடலையும் அவிச்சி தின்னுக்கிட்டு நடக்குதியோ?”

அதுவும் சரிதான், நான் ஒன்றுமே பேசவில்லை. பூதம் தொடர்ந்தது, “ஊர்ல உள்ள துக்கிரித் தனங்கள செய்யிதவம் பூரா பயக்களுக்கும் கடவுளுன்னு பேரு! அதிசயங்கள நிகழ்த்துற எங்க பேரு பூதம்? கொள்ளாம்! ஓங்க நியாய மயிரெல்லாம்!”

ஜீனி துக்கித்துப் போயிருந்தது. நான் தேற்றினேன், “கவலப் படாத மக்கா! கீழ போனவொடனே, வடசேரி முக்குல நிப்பாட்டு! பிராந்திக்கடைல எறங்கி ஆளுக்கு ஒரு கோட்டுரு வாங்கி சாத்துவோம்!”

“குடிச்சீட்டு வண்டி ஓட்டுகது தப்புல்லா!”

“ஆமா யாம்னா இவுரு ஓட்டுகது பெரிய மசராட்டி, ரோல்ஸ் ராய்சு மயிருல்லா? இந்தக் கிழிஞ்ச பெட்சீட்டுல ஒக்கார வச்சி லாத்திட்டு போறதுக்கு பெரும நோனி வேற?”

ஜீனியின் முகம் வாடிப் போனது. நான் மீண்டும் தேற்றினேன், “சங்கடப் படாதடே! ஒரு பேச்சிக்கி சொன்னம்ப்போ! இதுக்கெல்லாமா புழிஞ்சி ஊத்துவா?”

மார்சியா சொன்னாள், “ஒன்னைய நா இங்க எதுக்குக் கூட்டியாந்தேன்? நீ பூதத்துக்கிட்ட பேசிக்கிட்டு கெடக்க?”

‘ஒரு பேயி ஒரு பச்சப் புள்ளயப் போயி பூதம்ங்குது? செவத்த...!’ என்று மனதில் நினைத்துக் கொண்டே அவளிடம், “சொல்லு டார்லிங்! உன்னுடைய கண்கள் இரண்டும் முல்லைப் பூவில் தேனையெடுக்கும் வண்டின் பிருஷ்டபாகத்தை ஒத்ததாய் இருப்பது கண்டு நான் வியக்கிறேன்!”

அந்தக் கவிதை அத்தனை அபாரமாய் வேலை செய்யும் என்று நான் நினைக்கவில்லை. மார்சியா கிஞ்சித்தும் சிந்தியாமல் விளக்கைத் தேய்த்து அந்தக் கோணிச் சாக்கை... "மன்னித்துவிடு சீனிவாசா!" மார்சியா அந்த ரத்தினக் கம்பளத்தை மறையச் செய்து அவளும் மறைந்தாள். இந்த வாய் பார்த்த பார்வையால் நான் தாடகை மலையில் உறைந்து கிடக்கும் தாடகைக் கிழவியின் தாடையில் மோதத் தயாராய் கீழ் நோக்கிப் பறந்து கொண்டிருந்தேன். என்னுடைய பிருஷ்டம் புவி ஈர்ப்பு விசையால் கவரப்பட்டு மூலத்தைத் தெறிக்க விடத் தயாராய் இருந்தது.

"டபீர்!"

லேண்ட் ஆகிவிட்டேன். அதுவொரு பொலீரோ வண்டி. நான் சீட்டிலிருந்து கீழே மல்லார்ந்து அனந்த சயனத்தில் உறைந்திருந்தேன். சத்தம் கேட்டு கணேசன் மாமா திரும்பி என்னிடம் கேட்டார்,

"எலேய் மக்ளே! சீட்டுல இருந்து எப்பிடி கீழ வுழுந்த?"

"நாந்தான் சீட்டுலயே படுக்கலியே மாமா? தரைலதானே படுத்துருந்தேன்?"

"கீழ வுழுந்த சத்தங் கேட்டு?"

"நாந்தா மாமா கொட்டாவி உட்டேன்!"

"வாய்ல யாம்டே ரெத்தம் வருகு?"

"அது ஒண்ணுமில்ல! கனவுல புள்ளையளு வரும்லா? அதுவளுக்கு முத்தங் குடுக்கதுக்காண்டி லிப்ஸ்டிக் போட்டுருந்தென்? அதுதாங் கலைஞ்சிட்டு! கிகிகி!"

செவத்து பூதங்களுடே ஓர் சல்லியம்? அப்பாவின் அலுவலகம் வந்து விட்டது. கடையில் போய்ச் சாப்பிட்டு விட்டு கணேசன் மாமா என்னைக் கொண்டு போய் வீட்டில் விட்டார்.

அத்தியாயம் 15

அறிவுரைகளில் அடிமுறை

என்னுடைய முகம் வாடியிருந்ததைக் கண்ட அம்மா என்னிடம் விசாரிக்க நான் காலையில் நடந்த கதைகளைச் சொன்னேன்.

"அடப் பேதியில போவாம்! ஒரு பொம்பளப் புள்ளையப் போயா கத்தியெடுத்துக் குத்திச்சி செவம்! இதெல்லாம் எங்கன வெளங்கும்?" என்று அம்மா கோபமடைந்தாள். நான் அப்ரூவராக மாறி நானுமே கத்தியை பின்பக்கமிருந்து உருவி அம்மாவிடம் காட்டி எனக்குக் காயம் பட்ட இடத்தில் அம்மாவிடம் சொல்லி பேண்ட்டை கீழிறக்கி மருந்து போடச் சொல்லிவிட்டுக் கட்டிலில் கவிழ்ந்து படுத்தவாறே நடந்த விஷயத்தைச் சொல்லவும் அம்மா அதிர்ச்சியடைந்தாள்.

"எலே மக்களே இதென்ன நாசமடஞ்ச புத்தி ஒனக்கு? ரெண்டுவேருஞ் சேந்து பூவும் நாருமா திரிஞ்சீயளே? எங்கன கொள்ளையில போச்சி? அதெல்லாஞ் சரி! ஒரு புள்ள நம்ம கூட இல்லாம எங்க இருந்தாலும் சந்தோசமா இருந்துட்டுப் போவட்டும்னு யாம்லே ஒங்களுக்கு எண்ணம் வர மாட்டாங்கு? குத்திக் கொல்லுகது? மூஞ்சில ஆசிட்டு அடிக்கியது? என்னல இது? ஒன்னையவா நாம் பெத்தேன்?" என்று கண்ணீர் விட்டுக் கதறினாள்.

எனக்குமே அழுகை வந்துவிட்டது. அம்மாவைக் கட்டிக் கொண்டு அழுதேன், "எம்மா! அழாதம்மா... மொதல்ல என்னைய ருக்குமணி அம்போன்னு வுட்டுட்டு செத்துப் போனா! இப்ப இவளும் என்னைய இப்புடி ஈரக் கொலைய உருவிட்டாளே? நா என்ன செய்வேம்!"

"செவுட்டுவாக்குல ஒண்ணு வச்சம்னா தெரியும் ஒனக்கு? ருக்குமணிதான் செத்துப் போயிட்டா! மார்சியா உயிரோடத்தானே இருக்கா? பேசுனா தீராத்த பிரச்சன ஒலகத்துல உண்டா சொல்லு?

கத்திய எடுத்துக்கிட்டு வெக்கமில்லாம ஒரு பொட்டப்பிள்ளைய குத்தப் போயிருக்க செவமே? மார்சியா நம்ம புள்ளைல்லா? எலேய்... பிள்ளைகள்ட்ட பேசம்போ பூப்போல பேசணும்டே? அதுக லவ் பண்ணும்போது இந்தப் பயல நம்ம கலியாணம் பண்ணிக்கிட்டம்னா நம்ம ஜீவியம் முழுக்க சந்தோசமா இருக்கலாம்னுதானே எண்ணும்? லவ் பண்ணும்போதே அந்த புள்ளைகள்கிட்ட எரிஞ்சி வுழுந்துகிட்டு, நின்னா குத்தம், நடந்தா குத்தம்! கெடந்தா குத்தம்னு கெட்ட வார்த்தையள பேசிக்கிட்டு திரிஞ்சா... எம்மோ இந்த நாயையா காதலிச்சோம்னு அவளுக்குத் தோனாதா? நீ பலதடவ அவகிட்ட தெக்க வடக்கன்னு பேசுகத எங்காதாலயே கேட்டுருக்கனே? அந்தப் பிள்ள என்ன நினைக்கும்? எம்மோ இந்தப் பய இப்பவே இந்த நெல நிக்கியானே? இவன கல்யாணம் பண்ணுனா நாம தொலஞ்சம்னு தோணிட்டா அப்பொறம் எப்புடிடே கண்டினியூ பண்ணுவாளுவோ? இங்கயே ஓங்கய்யன எடுத்துக்காயாம்? எனக்கிட்ட எடுத்தெறிஞ்சி பேசி என்னிக்காது பாத்துருக்கியா நீ? பேசுனா தொலஞ்சாம்... அது வேற காரியம்! ஆனாலும் ஓங்கய்யன் என்னையெல்லாம் உள்ளங்கையில வச்சித் தாங்கலியா? நீயும் பாக்கத்தானே செய்ய?”

நான் கண்களைத் துடைத்து விட்டு அம்மாவைக் கூர்ந்து பார்த்தேன்.

“என்னடே அப்புடி பாக்க மக்களே? நாயென்ன பொய்யா சொல்லுகேம்!”

அப்போதுதான் முன்பொருநாள் அம்மாவைக் குறித்து அப்பா என்னிடம் சொன்ன காரியம் நினைவுக்கு வந்தது. “எலே மக்ளே குணா! ஓங்கம்ம இருக்கால்லா கருங்காலி? செவம் கலியாணத்துக்க முந்தி ஆளு நல்ல குணவதியாதாம் இருந்தா பாத்துக்கா? என்னைக்கி என்னிய கெட்டுனாளோ அன்னைக்கி செவம் நாயாயிட்டு! எழவு வெளுத்த தொலியக் கண்டு ஏமாந்துட்டம்டே! அவ குடும்பத்துல பொண்ணு கெட்டுனது எவ்ளோ பெரிய துன்பம்னு கலியாணத்தன்னைக்கே எனக்கு வெளங்கிட்டு! எங்க கலியாணத்தன்னிக்கி பந்திப் பெறையில வச்சி வச்சாணுவ பாரு பெகளம்? சில்லறப் பயக்க மக்கா! அவியலு தீந்துட்டுன்னு சண்ட போட்ட கூதறப் பெயக்களாங்கும் ஓங்கம்மைக்க சொந்தக்காரனுவோ! ஊர்ல உள்ள எல்லாருக்கிட்டயும் ஒழுங்கா பேசுவா? என்கிட்ட மட்டுந்தாம் நாண்டுகிட்டு நிப்பா கேட்டுக்கா! செவத்த ஒற்ற அறையில கொன்னுப்புடுவம் பாத்துக்கா!

பின்ன ஒனக்க தாத்தந்தாம் சாவுகதுக்கு ஒரு வருசத்துக்கு முந்தி ஒருநாளு என்கிட்ட வந்து, எய்யா மூத்த பிள்ளைன்னு எள்ளோல செல்லங்குடுத்து வளத்துட்டம் பாத்துக்கிடுங்க! எதுனா அலம்புனான்னா கொஞ்சம் பொறுத்துக்கிடுங்க! கைய கிய்ய நீட்டிறாதிய'ன்னு சொன்னாரு! அதுனாலதாம்டே கூய்வுள்ளைய சீவனோட உட்டுருக்கேம்!"

எனக்குச் சிரிப்பு பொத்துக் கொண்டு வந்தது. அதைக் கண்ட அம்மா, "எலேய்.. இங்க கெடந்து நாங் கரடியாக் கத்துகேம்! பல்லக் காட்டுக நாய?"

"ஒண்ணுமில்லம்மா! நீ சொல்லு நாங்கேக்கேன்!"

"என்னத்த கேக்கப் போற? அந்த ஃபோன எடு! ஒங்களுக்குள்ள என்ன நீக்கம்புன்னு அந்த புள்ளைக்கிட்ட நாங் கேக்கேன்!"

நான் பிடிவாதமாக அம்மாவிடம் மறுத்தேன். "வேண்டாம்மா! ஓங்கிட்ட எதுனா தெம்மாடித்தனம் பேசுனான்னா அப்பொறம் அவள லேசுல உட மாட்டேங் கேட்டியா?"

"அதெல்லாம் பேச மாட்டா! எங்கைய்யால எத்தன நாளு சோறு ஊட்டிக் குடுத்துருக்கேம்! எங்கிட்ட அப்டியெல்லாம் பேச மாட்டா?" என்றதும் நான் அம்மாவின் செல்போனை எடுத்துக் கொடுக்க அம்மா அவளுக்கு டயல் செய்தாள். போன் சுவிச்டு ஆஃப் என்று வந்தது. அவள் காலேஜில் செல்ஃபோன் பேச அனுமதியில்லை என்பது நினைவுக்கு வந்தது.

உண்மையில் என் அம்மாவும் மார்சியாவும் மிகச் சிறந்த நண்பர்கள். நானும் மார்சியாவுமே சிறந்த காதலர்கள் என்பது எனக்கு அப்போதெல்லாம் தெரியாது. வெகுகாலமாக வைத்து ஓட்டிவிட்டு ஒருவண்டியை விற்று இன்னொரு வண்டியை வாங்கி ஓட்டும்போதுதான் நாம் விற்றுப் போட்ட வண்டியின் சொகுசு நமக்குப் புரியும். இங்கே மார்சியாவும் வண்டியும் ஒன்றா என்று கேட்பீர்களானால் அது அபத்தம். அவள் ஒரு ஆகாய விமானம். அப்படியே கட்டிலில் படுத்து பழைய நினைவுகளை அசைபோடத் துவங்கினேன்.

அத்தியாயம் 16

பப்படமும், பப்பாளியும்

அன்றொருநாள் மாலையில் சரியான மழை பெய்து கொண்டிருந்தது. நான் வீட்டு முற்றத்தில் அமர்ந்து வாய் பார்த்துக் கொண்டிருந்தேன். அந்த செம்பருத்திச் செடியின் உச்சியில் பூத்திருந்த பூவின்மேல் பட்டு மழைத்துளிகள் என் காதோரத்தில் தெறித்துக் கொண்டிருந்ததை நான் ரசிக்கவில்லை. கடுமையான பசியில் கன்னிப்பெண்ணைக் கூட ரசிக்க முடியாது எனும்போது இந்த எழவெடுத்த மழைத்துளியை ரசிக்க நான் ஒன்றும் முட்டாளில்லை. அம்மா மாமா வீட்டுக்குப் போயிருந்தாள். வீட்டில் யாருமே இல்லை. மார்சியாவுக்கு ஃபோன் செய்து கொஞ்சம் சாப்பாடு கொண்டு வந்து தர முடியுமா? என்று கேட்க அவளும் சம்மதித்து விட்டிருந்தாள். அவளுக்காகத்தான் காத்திருந்தேன்.

பக்கத்துவீட்டு மாடியில் இரண்டு குழந்தைகள் மழையில் குளிக்க கூடவே அவர்களின் அம்மா நர்மதா ஆண்ட்டியும் நனைந்து கொண்டிருந்தாள். நானும் அதைப் பார்த்துக் கொண்டிருந்தேன். எனக்கும் மழையில் குளிக்க ஆசைதான். ஆனால் தீனம் வந்து விடக்கூடாதே என்ற அச்சத்தில் நகரவில்லை. அந்த ஆண்ட்டி என்னையே கவனித்துக் கொண்டிருந்ததை அப்போதுதான் நான் பார்த்தேன். ஈர உடையில் அவள் நின்றபோது எனக்கு ஒருமாதிரியாக இருந்தது. அப்போதுதான் எனக்கு அந்த விஷயம் தோன்றியது. ‘எப்படி இத்தனை பெரியதானதை வைத்துக் கொண்டு மழையில் நனைகிறாள்? சளி பிடிக்காதா?’

மேலிருந்து நர்மதா ஆண்ட்டி என்னை சைகையால் அழைத்தாள். “அவளிடம் கேட்கலாமா என்று கூட யோசனை வந்தது. ஆனால் தப்பாக நினைத்துவிடுவாளோ என்று பேசாமல் இருந்துவிட்டேன். ஆம் அவளது அடர்த்தியான கேசக் கற்றையை எண்ணி சங்கடம் வந்து விட்டது. ஆனால் ஏன் அவள் என்னை அழைக்க வேண்டும்? அதுவும் இந்த கொட்டும் மழையில்... நான் அவளிடம் சைகையில்

‘என்ன?’ என்பது போலக் கேட்டேன். அவள் கண்களால் மழையைக் காட்டி, ‘குளிக்க வறியா?’ என்பது போலக் கேட்டாள். நான் ‘வரவில்லை’ என்பது போல சொல்லிவிட்டேன்.

‘ஓம்மாப்ளைய குளிக்க கூப்புட வேண்டியதானே? அந்த எருமமாட்டுப் பயலுக்கு என்ன கொள்ளையோ? நானே இப்பத்தான் சிக்குன் குனியா வந்து குறுக்கு நிமுத்த முடியாம செத்து சீரழிஞ்சி கெடக்கேன்! மழைல நனையணுமாமே செவத்து மூதேவிக்கி!’ என்று மனதுக்குள் சலிப்பு வந்தது.

அன்றும் ஒருநாள் இப்படித்தான். அம்மா கொஞ்சம் பால் கொழுக்கட்டை தந்து நர்மதா ஆண்ட்டி வீட்டில் தரச் சொல்லியிருந்தாள். நானும் அவளின் வீட்டுக்குப் போய் அவளது மாமியாரிடம் கொடுத்து விட்டு வெளியேவர, கையில் எதையோ கொண்டு வந்து வீட்டுக்குள் நுழைந்த அவள்மீது எதிர்பாராமல் மோதியதில் நான் கீழே விழ ஒரு பெரிய பூ ஜாடியும் என் கைபட்டு கீழே விழுந்து உடையப் பார்த்தது. நல்லவேளை உடையவில்லை. அப்போதுதான் ஆண்ட்டி சிரித்துக் கொண்டே கீழே குனிந்து பிளாஸ்டிக் பூக்களை பொறுக்கிக் கொண்டிருந்தாள். அப்போதுதான் அவைகளைப் பார்த்தேன். எனக்கு வியப்பு தாங்காமல் கேட்டே விட்டேன்.

“ரெண்டும் எவ்ளோ பெருசு ஆண்ட்டி? செம்மயா இருக்கு! எங்க கெடந்து?”

“வீட்டுக்குப் பொறத்த நிக்கில்லா மரம்...? அதுல இருந்து பறிச்சிட்டு வாரேன்! நீ வேணா ரெண்டுல ஒண்ண கொண்டு போறியா?”

“இல்ல பரவால்ல!”

“இந்தா பிடி!” என்று சொல்லி நான் மோதும்போது அவள் கைகளில் வைத்திருந்து நான் தட்டிவிட்டதில் தரையில் உருண்ட இரண்டு பப்பாளிப் பழங்களில் ஒன்றை என்னுடைய கைகளில் திணித்து விட்டாள். அந்த பப்பாளி மிகவும் சுவையாக இருந்தது. ஆனால் தந்த கையோடு பக்கத்து வீட்டு சீதாவிடம் எனக்குப் பப்பாளி தந்த காரியத்தை சொல்லியிருக்கிறாள்.

சீதாலெட்சுமி எனக்கு கல்லூரியில் வகுப்புத் தோழி. சீதா வீட்டிலிருந்து பார்த்தால் அந்த பப்பாளி மரங்கள் தெரியும். மரத்தில் கிடந்த பழங்கள் காணாததைக் குறித்து ஜூலி ஆண்ட்டியிடம்

சீதாலெட்சுமி கேட்கவே அவளும் பப்பாளியை எனக்குத் தந்ததைச் சொல்ல பழப்பரிமாற்றம் குறித்த செய்தி வெளியில் கசிந்திருக்கிறது.

சீதாலெக்ஷ்மியும் என் வகுப்பில் உள்ள அனைவரிடமும் இந்தக் காரியத்தைச் சங்கூதியதில் பாதிப்பேர் என்னை 'அலவரையன்' என்றும் பாதி பேர் என்னைக் 'கள்ளக்கோழி' என்றும், மிச்சம் பேர் என்னைத் தீனிப் பண்டாரம், வயித்துப் பக்காளி என்று சொல்லி பல்லை இளித்திருக்கிறார்கள். அந்தப் பப்பாளியை நான் தின்றிருக்கக் கூடாது.

"லேய் பப்பாளித் தா...ளி!" என்று ஒரு விளி எங்கிருந்தோ கேட்டதுமுதல் நான் பப்பாளியும் தின்பதில்லை, அந்த நர்மதா ஆண்ட்டியிடமும் சகவாசம் வைப்பதில்லை. இன்று அந்த பெருச்சாளி என்னை மழையில் குளிக்க விளிக்கிறது. 'எனக்க செருப்பு கூட அங்க வராதுட்டீ செவமே!' என்று எண்ணிக் கொண்டேன்.

திடீரென மார்சியா என் பக்கத்தில் வந்து நின்று கொண்டிருந்ததைக் கண்டு நான் திடுக்கிட்டுத் திரும்பினேன். அவளது கையில் ஒரு பை இருந்தது.

"நீ எப்பம்ட்டீ வந்த? எழவுல நாம்லா பயந்துட்டேன்...!"

"எதப்பாத்து பயந்த? அந்த எதுத்த வீட்டு குண்டம்ம குளிக்கத ஆன்னு வாயப் பொளந்து இளிச்சிக்கிட்டிருந்தல்லா? அப்பத்தான் வந்தேன்! இவ்ளோ பெரிய கேட்'ட தொறந்த சத்தம் கூடவா கேக்கலை? வீட்டுக்குள்ள வா! குறுக்குல சவுட்டுகேன்! காட்டுப் போத்துக்குப் பொறந்தவனே!

"செவத்தப் போட்டுச் சுடுட்டீ! நா அந்த சின்னப் புள்ளையளு மழைல வெளையாண்டுல்லா... அதப்பாத்துக்கிட்டு இருந்தேன்!"

"நீதானே? நம்பிட்டேன்! இந்தா புடி!" என்று அந்தப் பையைத் தந்தாள். அப்போதுதான் கவனித்தேன். அவள் நனைந்திருந்தாள்! அவளது காதின் பின்புறமுள்ள முடிகளில் இருந்து நீர் அழகாய்ச் சொட்டிக் கொண்டிருந்தது. நான் அவளை நெருங்கி நின்றேன். ஒரு சொட்டு நீர் அவளது புருவங்களில் நின்று கொண்டு தரையில் குதித்துத் தற்கொலை செய்ய மனமில்லாமல் தொங்கிக் கொண்டிருந்தது. நான் அந்த நீர்த்துளியை என்னுடையப் பின்னங்கைகளால் வருட அவள் முகத்தில் ஒருவித அச்சம் கலந்த வெட்கம்.

"என்னிய என்னடா பண்ணப் போற?"

நான் எதுவும் சொல்லாமல் மெல்ல நெருங்கினேன். அவள் விலகினாள். நான் அவளை என்னிடம் இழுத்து மெதுவாக ஜாக்கெட் பட்டனைக் கழற்றத் துவங்கினேன். அவளது கால்கள் நடுங்கியது. கண்கள் படபடத்தன. இருள் கவியத் துவங்கும் மாலை நேரம். வெளியில் அழகான மழை. பக்கத்து வீட்டிலிருந்து ரேடியோவில் 'எங்கெங்கோ செல்லும் என் எண்ணங்கள்' பாடல் சன்னமாக ஒலித்துக் கொண்டிருந்தது. அவளது உடலில் யார்ட்லியின் மணம். அப்போது ஒரு இடிச்சத்தம் கேட்டதும் நடுங்கி என்னைக் கட்டிக்கொண்டு சுவற்றில் சாய்ந்து கொண்டாள்.

ஜாக்கெட் என் கையோடு வந்தது. இரண்டடி தள்ளி நின்றாள். எனக்குப் பசி தாங்கவில்லை. நான் கீழே குனிந்து அந்த ஜிப்பைக் கழற்றினேன். உருண்டையாக இரண்டு பாத்திரங்கள் அந்தப் பையில் இருந்தது. நான் அவளிடம் சன்னமாகக் கேட்டேன்.

"இன்னைக்கும் மறந்துட்டல்லா?"

"ஆமா அவசரத்துல...!" என்று இழுத்தாள்.

"பப்படம் இல்லாம நாஞ் சாப்புட மாட்டம்னு ஒனக்குத் தெரியாதாட்டீ? கொம்மைக்கிட்ட சொல்லி ரெண்டண்ணம் பொரிச்சி கொண்டார என்ன மாச்சலோ? இதுல என்னவெல்லாம் வச்சிருக்க?"

"சோறும், மீன் கொழம்பும், கத்திரிக்கா பொரியலும்...!"

"மீனு பொரிக்கலியா?"

அவள் பேசாமல் நின்றாள். நான் அந்த ஜாக்கெட்டை அவள் கையில் கொடுத்து, "இந்தா இதக் கொண்டு போயி பின்னால ரூமுல காயப் போடு! அங்க துண்டு கிடக்கும்! அதையெடுத்து தலையத் தொவத்திட்டு வா! மண்டையில போட்டுரப் போவுது! பெரிய வாலாண்டினோ ரோசின்னு நெனப்பு! வச்சிருக்கது மூணே முக்கா ரூவா ஸ்கூட்டி! அதுக்கு ஒரு ரைடிங் ஜாக்கெட்டு!"

"எனக்க ரெயின் கோட்ட ஸ்டாலின் எடுத்துட்டு போய்ட்டான்! அதான் இதப் போட்டுகிட்டு வந்தேன்! ஒனக்கு எப்பவுமே என்னைய கொற சொல்லலன்னா தூக்கமே வராத?"

"ங்கொண்ணங்காரனுக்கு இன்னேரத்துக்கு என்ன ஒரு போக்கு! செவம் இந்த மழைக்காத்த எங்க போயிருக்கு? செத்த பயல்!"

"எனக்குத் தெரியாது!"

ஸ்டாலின் மார்சியாவின் அண்ணன். படிப்பு இன்ஜினியரிங். நான்கு வருடங்கள் கல்லூரிக்குப் போனதில் உடம்பிலுள்ள சிலபல கலோரிகள் எரிந்ததுதான் மிச்சம். சிலபசில் இல்லாத பாடங்களில் கூட அரியர் வைத்திருந்த அற்புதமான ஆத்துமா! மச்சினன் இருந்தா மலையேறிப் பிழைக்கலாம் என்று சொல்லுவார்கள். ஆனால் அவனை வைத்துக் கொண்டு மயிரைக் கூட பிடுங்க முடியாது என்பது போலத்தான் நடந்து கொள்ளுவான். எதிரில் சிணுங்கிக் கொண்டே நின்று கொண்டிருந்த மார்சியாவிடம்,

"சரி செவம் போவட்டும் விடு! ஈரத்தோட நிக்காத! போயி தலையக் காய வையி!" என்றவாறே நான் டைனிங் டேபிளில் அமர்ந்து சாப்பிடத் துவங்கினேன். மார்சியா என்னெதிரில் வந்து அமர்ந்தாள். அன்று என்னவோ அவள் அத்தனை அழகாய் இருந்தாள். அந்தத் தனிமை என்னவோ செய்தது. நான் அவளிடம், "ஒண்ணு சொன்னா தப்பா நினைக்க மாட்டல்ல?"

"என்ன?"

"வீட்டுல யாரும் இல்ல...!"

"அதுனால?"

"ஒருவாய் காப்பி கூட ஒனக்கு தர முடியலையேன்னு...!"

"ம்க்கும்.. பெரிய கவலை!"

இன்று இவளிடம் எப்படியாவது கேட்டுவிட வேண்டும். 'ஆனா என்ன நினைப்பாளோ தெரியலையே' என்று மனம் தவித்தது. இதுதான் சரியான சமயம். அவள் ஜன்னல் வழியே வெளியில் பார்த்துக் கொண்டிருந்தாள். நான் அவளது புருவம் அசைவதையே வைத்த கண் வாங்காமல் பார்த்துக் கொண்டிருந்தேன். இனிமேலும் தாமதிக்கக் கூடாது என்று உள்ளுணர்வு சொல்ல நான் அவளிடம்,

"மார்சியா!"

"என்னடா?"

"ஒண்ணு கேப்பேன்! தப்பா எடுத்துக்கிட மாட்டல்லா?"

"என்னே வேணும் சொல்லு!"

"அது வந்து...!"

“கேளு!”

“நாமதாங் கலியாணம் பண்ணிக்கப் போறோம்லா?”

“ஆமா! அதுக்குதான் இன்னும் நாளு கெடக்கே?”

“அந்த உரிமைலாதாங் கேக்கம்டே!”

“மொதல்ல விஷயம் என்னன்னு சொல்லு!”

“இல்ல... இதுவரைக்கும் நா யாருக்கிட்டயுங் கேட்டதேயில்ல...!”

“அதாங் கேளுன்னு சொல்லிட்டம்லா!” என்று டென்ஷன் ஆகிவிட்டாள். நான் படாரென,

“ஒரு மூவாயர் ரூவா வேணும்! காலேஜி ஃபீசு கெட்ட அப்பா இருவதாயிரந் தந்தாரு! அதுல ஒரு மூவாயிரம் மட்டும் தொலைஞ்சி போச்சி!”

“ஒனக்கு லவ் பண்ணத்தாந் தெரியாதுன்னு நெனச்சேன்! ஒரு பொய்ய கூடவா ஒழுங்கா சொல்லத் தெரியாது? அதெப்புடி இருவதாயிரத்துல மூணாயிரம் மாத்திரம் தொலஞ்சி போச்சி? பர்சுல இருந்து துள்ளி சாடிட்டா?”

“ஹிஹிஹி! அது வந்து...!”

“அந்த நாய்கள் கூட பாருல போயி பீரு குடிச்சிருப்ப அப்டித்தான?”

“ஆமா மக்கா! பைசா தருவியாட்டி?”

“தந்து தொலையிறேன்! வாய மூடிட்டு சாப்புடு! நாசில அடிச்சிராம!”

இந்தக் காதலும் பப்படமும் ஒன்றுதான். பொறித்து எடுத்தவுடன் முறுமுறு’வென இருக்கும். நேரமாக ஆக நமத்துப் போகும். காதலர்களும் பப்பாளியும் ஒன்றுதான். வெளியில் இருந்து பார்க்க பெருசாகத் தெரியும். வெட்டிவிட்டால் உடனே தின்றுவிட வேண்டும். இல்லையென்றால் ஈக்கள் மொய்த்து பாழாக்கி விடும். எனக்கு மனம் நிம்மதி அடைந்து அந்த உணவை சிலாகிக்கத் துவங்கினேன்.

“ஒங்கம்ம வைக்க மீன் கொளம்பே தனி ருசிதாங் கேட்டியாம்மாளு! என்னா கைப்பக்குவம் பாத்தியா? இந்தக் கத்திரிக்காயெல்லாம் வானத்துல வெளஞ்சிருக்குமோ என்னவோ? கிண்ணம் மாதிரி

தொண்டையில எறங்குகு! என்ன... ரெண்டு பப்படம் இருந்துருந்தா இன்னூ ருசியா இருந்துருக்கும்!

"பைசா தாரேம்னு சொல்லியாச்சில்லா! மரியாதையா சாப்புடு! இருட்டுகதுக்குள்ள நா வீட்டுக்குப் போவணும்! அம்ம தேடுவா! உன்கூட உக்காந்துருக்கதுக்கு நா பேசாம வீட்லயே இருந்துருக்கலாம்!"

எங்கிருந்தோ ஒரு குரல் கேட்டது, "லேய் பப்படத் தாயோளி!"

இந்த மனசாட்சிதான் எத்தனை பெரிய மானங்கெட்ட பன்னாடை? அதன் பின்னர் நான் பப்படம் சாப்பிடுவதை நிறுத்தி விட்டேன். மார்சியா கிளம்பினாள். அவளை வழியனுப்ப வாசலுக்கு வந்தேன். மழை லேசாகத் தூறிக் கொண்டிருந்தது. அவளுக்குக் கொடுத்து விடாத முத்தமொன்று அந்தத் தெரு வீதியின் மழை நீரில் மிதந்து போய்க் கொண்டிருந்தது. தூரத்தில் நனைந்து கொண்டே மார்சியா என்னைத் திரும்பிப் பார்த்துவிட்டு மறைந்து போனாள். நர்மதா ஆண்ட்டி என் எதிரில் நின்று கொண்டிருந்தாள். சோகக் கதைகளும், காதல் கதைகளும் என்றுமே நிறைவடைவதில்லை என்பதுதான் ஆகப்பெரிய சோகக்கதை.

இனி முத்தமுமில்லை! மார்சியாவும் இல்லை! என் கண்களில் நீர் வடிந்து கொண்டிருந்தது. என்னவோ ஒரு இனம் புரியாத சோகம். எப்போதும் அவளிடமிருந்து வரும் அழைப்புகளின் பட்டியல் குமைந்து கிடந்தது. இனியெப்போதும் அவளிடமிருந்து அழைப்புகள் வராது என்பது எனக்குத் தெரியும். மார்சியாவுக்கு ஒரு விஷயம் வேண்டுமென்றால் அதன் எந்த எல்லைக்கும் போவாள்! வேண்டாமென்று முடிவெடுத்து விட்டால் ஒரு கிலோ தங்கத்தைக் கொண்டு போய்க்கொடுத்தால் கூட அது குப்பைத் தொட்டிக்குத்தான் போகும்! அப்படியொரு திடமனம் படைத்தவள்.

நான் கொஞ்சம் பொறுமை காத்திருக்கலாம்! வார்த்தைகளைக் கடத்தாமல் இருந்திருக்கலாம்! நான் இழந்ததிலேயே அதிக கனம் கொண்ட ஒன்று என்றால் அது மார்சியாதான் என்பது அப்போதெல்லாம் எனக்குத் தெரியாது! அம்மா டிவியில் நியூஸ் பார்த்துக் கொண்டிருந்தவள் பரபரப்பாகக் கத்தினாள், "லேய் மக்ளே! இங்க ஓடியா!" நானும் என்னவென்று தெரியாமல் ஓடினேன். அப்போது நியூசில் ஒரு ஸ்க்ரோலிங் ஓடிக்கொண்டிருந்தது.

"கன்னியாகுமரி மாவட்டம்: நாகர்கோவிலில் இளம்பெண்ணைக் கத்தியால் குத்திவிட்டுத் தப்பியோடிய இளைஞர் ஆளூர் அருகே

ரயில் முன்பு பாய்ந்து தற்கொலை! இளம்பெண் மருத்துவமனையில் உயிருக்குப் போராட்டம்!"

சற்றுநேரத்தில் அந்த இளைஞன் தண்டவாளத்தில் சடலமாகக் கிடந்த வீடியோவை ஒளிபரப்பினார்கள். எனக்கோ சங்கடம் ஒருபக்கம், நடுக்கம் ஒருபக்கமாக ஆகிப்போனது. அந்தப் பையன் அருண் சரியாக நிலாவைக் கத்தியால் குத்திய அடுத்த இருபதாவது நிமிடத்தில் செத்துப் போயிருக்கிறான். ஒரு இருபத்து நான்கு வயது இளைஞனுக்கு இந்தச் சாதீயச் சமூகம் இப்படியான ஒரு குரூரமான மரணத்தைப் பரிசளித்திருக்கிறது. அவனது சட்டைப்பையில் நிலாவுக்கு ஒரு மன்னிப்பைக் கடிதமாக எழுதியதாக ஒரு குறிப்பு இருந்தது, அதில் கீழ்க்கண்டவாறு அருண் எழுதியிருக்கிறான்.

"நான் எடுத்த விபரீத முடிவுகள் உன்னை மனதளவில் அதிகம் முறைக் காயப் படுத்தியிருக்கலாம்! என்று உன்னை உடலளவிலும் காயப்படுத்தினேனோ அன்றே நான் வாழத் தகுதியற்றவன் என்று எண்ணி இந்த முடிவை எடுக்கிறேன்! என்னைவிடவும் உன்னை யாரும் இந்த உலகில் அதிகம் நேசித்திருக்கவும் முடியாது! கஷ்டப் படுத்தியிருக்கவும் முடியாது! உன்னுடைய வாழ்க்கையை இனிமேல் நன்றாக வாழ வேண்டும்! மறுபிறவி என்ற ஒன்று இருந்தால் நான் உனக்குப் பிள்ளையாகப் பிறக்க வேண்டும்! அப்படியானால்தான் உன்னுடைய அன்பை சாதியின் நிமித்தம் என்னைவிட்டு விலக்க முடியாது! கண்ணுக்குப் புலப்படாத சாதியால் நான் உன்னை இழந்தேன்! அதே கண்ணுக்குத் தெரியாத காதலால் நான் இன்று என்னை இழக்கிறேன்! என்னை மன்னித்துவிடு நிலா!

என் கண்களில் கண்ணீர் நிறைந்து தொலைக்காட்சி மங்கலாகத் தெரிந்தது. நானும் ஒருவேளை மார்சியாவைக் குத்தியிருந்தால்? இந்த ஆண்கள் ஏன் இத்தனைக்கும் பலவீனர்களாக இருக்கிறார்கள் என்ற கவலை என்னை ஆட்கொண்டது. அம்மா என்னைத் தேற்றினாள்.

இத்தனைக்கும் நெகிழ்வான ஒரு கடிதத்தைக் கவிதை போல வனைந்த அந்த அருணும், நிலாவும் சேர்ந்து வாழ்ந்திருந்தால் ஒருவேளை மகிழ்ச்சியாக வாழ்ந்திருப்பார்களோ என்று மனம் கிடந்து அடித்துக் கொண்டது. அப்போதுதான் நான் ஏன் வாழ்வில் முதன் முதலில் எழுதிய காதல் கடிதமும், மார்சியாவுக்கு எழுதிய முதல் காதல் கடிதமும் நினைவுக்கு வந்தது.

அத்தியாயம் 17

காதல் மடல்கள் என்னும் வாதைகள்

நான் என்னுடைய கண்களால் பார்க்கும் அத்தனைப் பெண்களையும் காதலித்து வந்ததால் எனக்கு சிறுவயதிலிருந்தே சுமார் மூவாயிரம் காதலிகள் இருந்தார்கள். அவர்களைக் குறித்து கதைகள் எழுதுவது காகிதத்துக்குப் பிடித்த கேடு என்பதாலும், காகிதங்களுக்காக வெட்டப்படும் மரங்கள் பாவம் என்பதாலும் அந்தக் கதைகள் அனைத்தும் மரித்துப் போன என்னுடைய காதலின் கல்லறைக்குள்ளேயே கிடக்கட்டும்.

பணமே மொத்த ஜீவனுக்குமான வேக்காடு என்பதைப்போல புகழ் என்பது அந்த ஜீவனுக்கான சோக்கேடும், சாக்காடாகவும் மாறிவிடும் தருணம்தான் மொத்தத்தில் வியப்புக்குரியதாக இருக்கிறது. காதலிகளுக்கு வேண்டுமானால் தாங்கள் விட்டுக் கொடுத்த பழைய காதலனின் புகழ் எட்டாக் கனியாக இருப்பது ஒருபுறமிருக்கலாம்! ஆனால் இந்த நிகழ்காலத்துக் காதலிமார்களுக்குத் தங்கள் காதலனின் புகழ் வெறும் புழுவாகக் கிடப்பதுதான் ஆகப்பெரிய சோகம் இறைவனே!

என் வாழ்க்கையில் முதல் கடிதத்தை நான் வரையும்போது எனக்கு வயது ஆறு! அப்போது நான் ஒன்றாம் வகுப்பு படித்துக் கொண்டிருந்தேன். அவள் பெயர் ஷர்மிளா. ஒன்றாம் வகுப்பு 'சி' பிரிவில் அவள் படித்துக் கொண்டிருந்தாள். அவளைக் கண்ட மாத்திரத்தில் காதலில் கவிழ்ந்தேன். அதற்குப் பெயர் காதல் என்பது அன்றைக்கு மத்தியானம் அவளது அம்மா சாப்பாடு கொண்டு வரும் வரையிலும் எனக்குத் தெரியாது.

ஒரு மரத்தடியில் நான் அமர்ந்து சாப்பிட்டுக் கொண்டிருந்தேன். என்னோடு கொஞ்சம் நண்பர்களும் அமர்ந்திருந்தார்கள். நான் அவள் சாப்பிடுவதையே வைத்த கண் வாங்காமல் பார்த்துக் கொண்டிருந்தேன். அவளது கண்கள் இரண்டும் கோலிக்குண்டை நினைவூட்டின. அவளது அம்மா அவளுக்குச் சாப்பாடு ஊட்டிக்

கொண்டிருந்தாள். அவளை விடவும் அவளது அம்மா அழகாய் இருந்தாள்.

நான் சாப்பிட்டு முடித்ததும் எழுந்து போய் அவள் அம்மாவின் முன்னால் போய் நின்று கொண்டு, "ஆண்ட்டி! ஷர்மிளாவ எனக்குக் கலியாணம் பண்ணி வைப்பீங்களா?" என்று கேட்டதும் அவளுக்கு ஆச்சர்யம். அவள் திடீரென்று என்னைக் கட்டிப்பிடித்து என் கன்னத்தில் இறுக்கமாக ஒரு முத்தத்தைத் தந்து விட்டு சொன்னாள்,

"எஞ்செல்லக்குட்டி! நீ பெருசா வளந்து, நல்ல படிப்பெல்லாம் படிச்சி பெரிய உத்தியோகத்துக்குப் போனா எனக்க ரெண்டு பிள்ளைகளையும் ஒனக்கே கெட்டித் தந்துருவேன்! படிக்கிம்போதெல்லாம் காதல் அப்டி இப்டில்லாம் சிக்கிறப்புடாது! புரிஞ்சா மோன?"

என்று சொல்லிச் சிரித்தாள். இப்படியாக என் வாழ்வில் அன்னியப்பெண்ணின் முதல் முத்தமென்பது ஒரு காதலியின் அம்மாவிடமிருந்து கிட்டியது. அதுபோக உபரியாகக் 'காதல்' என்னும் வார்த்தையின் அர்த்தமும் புரிந்து போனது. காதல் என்பது காதலியின் அம்மாவிடமிருந்து பெறுகின்ற முத்தம்.

நானும் கொஞ்சம் கொழுக் மொழுக்கென இருப்பேனானதால் ஆசிரியைகளும் என் கன்னத்தை விரல்களால் கிள்ளி, தங்களுடைய முத்த எச்சில்களால் அந்தக் காயத்தை ஆற்றுப்படுத்தினார்கள். ஆண் ஆசிரியர்கள் கல்லுளிமங்கன்கள், அவர்களுக்கு பிரம்பால் பிருஷ்டத்தில் முத்தமிடுவதைத் தவிர வேறு ஒன்றும் தெரியாது.

நான் என்னுடைய காதலை ஷர்மிளாவிடம் கொண்டு சேர்க்கும் நோக்கில் இவ்வாறு ஒரு காதல் மடலை வரைந்தேன்.

"ஒண்ணாங்கிளாஸ் சி செக்ஷன் ஷர்மிளாவுக்கு! குணா எழுதிக்கொள்ளும் காதல் விண்ணப்ப மடலாவது! நான் உன்னையே எப்போதும் நினைப்பதால் என்னால் சோசியல் சயின்ஸ் பாடத்தைச் சரியாகக் கவனிக்க இயலவில்லை என்பதை வருத்தத்தோடு தெரிவிக்கிறேன்! ஆகையால் சின்னத்தாய் மிஸ் என்னை வகுந்து விட்டாள்! நீ கொஞ்சம் என்னைக் கவனித்துக் கொள்! நன்றி!"

இப்படி எழுதுவதாகத்தான் உத்தேசம். ஆனால் எழுதியது என்னவென்றால்,

"யூவர் மாம் இஸ் வெரி கியூட் ஷர்மி! பை! லெவ் யூவ்!"

129

அந்தக் கடிதம் என்னுடைய வகுப்பு ஆசிரியரின் கைகளுக்குத் தப்பி, ஹெட்மாஸ்டரிடன் கைகளில் சிக்கியது.

பாவிகள் பம்மும் இடங்களில் பதுங்காமலும், பரியாசக்காரர்கள் குத்த வைக்கும் இடத்தில் குந்தாமலும் இருப்பாயாக ஆமென்!

அதற்குப் பின்பாக அநேகம் காதல் மடல்கள் வரையப்படுவதும், குத்துக்கள் வாங்குவதுமாகக் காலம் கடந்தது. இதோ நான் மார்சியாவுக்கு வரைந்த முதல் கடிதம்,

"அன்பே! மார்ஸைப் போல செவ்வாயின் இதழ் கொண்ட இளவரசி மார்சியா!" என்றுதான் துவங்கினேன்.

மார்ஸ் என்றால் செவ்வாய்க்கிரகம்தானேயொழிய செவ்வாய்தோஷம் அல்ல. இப்படியெல்லாம் புனைவது கவிஞர்களின் ஒருவித பெண்டிரை வளைக்கும் யுக்திதான்! பழனியின் படிக்கட்டுத் தேகம் கொண்ட தென்றலே! உதகையின் உதடு கொண்டவளே! நாகப்பட்டணத்தின் நாக்கைக் கொண்டோளே! என்றெல்லாம் பெண்களை வர்ணித்தால் அது அவ்வளவு எடுபடாமல் பெண்டிர் பிடிகொடுக்காமல் போய்விடும் வாய்ப்பு உள்ளதால் உள்ளூரைத் தவிர்த்து விட்டு வெளிநாடுகளைப் பிடித்துக் கொள்ளுதல் அவசியமாகிறது.

பெண்களுக்காக எழுதப்படும் கவிதைகளில் 'கோப்பன்ஹேகனின் கோப்பையில் நிரப்பப்பட்ட மதுச்சாலை அவள்! மெக்சிகோவின் மெல்லிடையாள்! அமெரிக்காவின் அதரங்களைத் தன்பால் கொண்ட அருந்தவம் நீ! இத்தாலியின் இதழ்களும், டஸ்கனியையொத்த கனிபோன்ற கண்ணுடையாள்! ஆம்ஸ்டர்டாமின் ஆப்பிள் பழமே!' என்றெல்லாம் எழுதினீர்களானால் அந்தக் காதல் மடல் கண்டிப்பாக ஏற்றுக்கொள்ளப்படும்! ஆகையால் இந்த ஏற்பாடு!

> *"அன்பே மார்சியா! என் நெஞ்சுக்கூட்டின் உள்பக்கம் இருபாரிசங்களிலும் வீற்றிருக்கும் ஏர் ஃபில்டரான நுரையீரலுக்குள் நான் தினமும் இழுத்து வெளியில் விடுவது உன் மூச்சுக் காற்றாகவே இருத்தல் உத்தமம் என்று எண்ணுகிறேனடி! அதன் மத்தியில் இருக்கும் பிளட் பம்பிங் டிவைசுக்குள் நீதானிருக்கிறாய்! என் உடல் முழுவதும் நீதான் நரம்பாகவும், கேபிள் கனெக்ஷனாகவும் இருப்பதால் நீயின்றி என்னால் இயங்க முடியாது என்றே தோன்றுகிறது! உன் தகப்பன் அரபு நாட்டிலிருந்து வந்து என் கபாலத்தைக் கல்கொண்டு தகர்க்குமுன் என்னை உன் இதயத்துக்குள் ஏந்திக் கொள் பெண்ணே!*

இச்சை நிரம்பிய இச்சு'களுடன்,

குணகுசேலன்!

கடிதம் ஏற்றுக் கொள்ளப்பட்டது. ஒருநாள் மார்சியா என்னிடம் கேட்டாள், "நீ என்னைய எவ்ளோ லவு பண்ணுக குணா!"

அதற்கு நான் நெக்குருகிப் போய், "ஒனக்க தங்கச்சியவுட ஒன்னயத்தாம்ட்டி எனக்கு ரெம்ப புடிக்கும்!"

"அச்சா!" என அவளது நாவல்பழக் கண்கள் விரிய அவள் கேட்டதற்கு நான், "எண்ட அச்சன் அம்மயிண்டே ஸ்தலத்திலுண்டு! நிண்ட அம்மாவனெக் குறிச்சி நினக்கு இப்போதெந்தடி விஜாரம்?"

"மொதல்ல என்ன சொன்ன? தங்கச்சிய?"

"நம்ம நேன்சிய சொன்னேங் கேட்டியா?"

"நேன்சிய?" என்றவாறே அவள் தன்னுடைய கால்களில் கிடந்த செருப்பைக் கழற்றினாள். காதலிகளின்பால் பலத்த எச்சரிக்கையின் நிமித்தம் பேசும் தெண்டிகள் பாக்கியவான்கள்!

எனக்கோ பெருமை பிடிபடவில்லை! என்னுடைய எழுத்துக்களால் நான் ஒரு பிடாரியை நேசிக்க வைத்திருக்கிறேன். அவளும் அவளால் முடிந்த அளவு தாங்கிப்பிடித்து மூச்சு முட்டின அளவுக்குத் திகட்டத் திகட்டக் காதலித்துவிட்டு இதோ என்னுடைய மூச்சைப் பிடுங்கிக் கொண்டு போய் விட்டாள்.

அத்தியாயம் 18

சீயடி, நாயடி, செருப்படி

மீண்டும் அம்மாவின் அழைப்பு. நான் அருகில் செல்லவும் அம்மா தன்னுடைய கையிலிருந்த ஃபோனைக் கண்களால் காட்டிவிட்டு அருகில் அழைத்தாள், "காலிங் மார்சியா!" நான் உடனடியாக ஒரு இயர்ஃபோனை எடுத்து வந்து அதில் சொருகி விட்டு ஒரு காதில் எனக்கும் மறுகாதில் அம்மாவுக்கும் ஒவ்வொரு ஸ்பீக்கரை மாட்டினேன். போன் அட்டென் செய்யப்பட்டதும் அம்மா, "ஹலோ மார்சியா!"

"சொல்லுங்கம்மா! எப்டியிருக்கீங்க?"

"நா நல்லாருக்கேன்மா! நீ எப்டி இருக்க?"

"ஏதோ இருக்கேன்மா! பேசி கொஞ்ச நாளாகுல்லா! என்னைய மறந்துட்டீங்க போலுக்கு?"

"அப்டிச் சொல்லாத கேட்டியா?"

"சும்ம கூப்ட மாட்டேளே? ஏதாவது விஸேஷம் உண்டா?"

"விசேஷம்லா ஒண்ணுமில்ல மக்ளே! இந்தப் பய வந்து மூக்க மூக்க உறிஞ்சிட்டு கெடக்காம்! ஒங்களுக்குள்ள என்னம்மா சச்சரவு?"

நான் அம்மாவை முறைக்க அம்மா என்னைக் கையமர்த்தினாள்.

மார்சியா, "அப்டிலாம் ஒண்ணுமில்லியே! என்ன சொன்னான் ஒங்ககிட்ட?"

"என்னவோ சண்ட போட்டியளாமே?"

"அதெல்லாம் ஒண்ணுமில்லம்மா! எதுக்கெடுத்தாலும் மோசமான வார்த்தைகள சொல்லி ஏசுகாம்! காது குடுத்துக் கேக்க முடியல! எடுத்ததுக்கும் தொடுத்ததுக்கும் கெட்ட வார்த்தைகளு! என்னால பொறுக்க முடியலம்மா!"

அம்மா என்னைப் பார்த்து கடினமான பார்வை ஒன்றை வீசினாள். அதில் ஒருவிதத் துச்சமும் இருந்தது.

"கெட்ட வார்த்த பேசுனானா?"

"ஒண்ணா ரெண்டா? ஒரு தடவையா ரெண்டு தடவையா? என்னத்தன்னு சொல்ல? சந்தேகம்! யார்கிட்ட பேசுனாலும் சந்தேகம்! கிட்டத்தட்ட அவெம் என்கிட்ட தன்மையா பேசி ரெண்டு வருசமாச்சி! வாயத் தொறந்தாலே பூனா மானா சூனாதாம்மா! ஒங்க வீட்டுல ஒரு பொட்டப்பிள்ளை இருந்து யாராச்சும் அத லவ் பண்ணி இப்புடி கீழ்த்தரமான வார்த்தைகளால பேசுனா அதக் கேட்டுக்கிட்டு நீங்க சும்மா இருப்பேளா?"

"........................"

"பதில் சொல்லுங்கம்மா! நானா இருக்கப் போயி கேட்டுகிட்டு இத்தன வருஷமா சும்மா இருக்கேன்! அவன எனக்கு அவ்ளோ புடிக்கும்னு ஒங்களுக்குத் தெரியும்லா? கொஞ்ச நேரம் வேற யார்க்கிட்டாயாச்சும் பேசிக்கிட்டு இருந்தா எவங்கிட்டடீ பேசிக்கிட்டு இருக்கன்னு கேக்காம்! போன் டவர் இல்லைன்னா எவனுக்க வீட்டுல போய்க் கெடந்துட்டு வந்தன்னு கேக்காம்! ஒரு மனுஷிக்கி பேசுகதுக்கும் உரிமையில்லையா? வாய்ப்பூட்டு சட்டமா போட்டுருக்கு? நீங்களே சொல்லுங்க?"

"புரியுதும்மா!"

"நா ஒரு ஹையர் டிகிரி படிக்கணும்னு சொன்னதுக்கு, எதுக்கு அங்க போயி இன்னொருத்தனுக்க கூட டூயட் பாடணுமான்னு கேக்காம்மா! எங்க போனாலும் நடந்தே சாவுகேம்னு சொல்லி எங்கப்பா இப்பத்தா கொஞ்சம் மனசு எறங்கி ஒரு பைக் வாங்கி தந்தாரு! அத வேண்டாம்னு சொல்லுகாம்மா! நா எங்க போயி முட்டுவேம்?"

"யாராலயும் பொறுத்துக்கிட முடியாது மக்ளே!" என்று அம்மா சொல்லவும் மார்சியாவின் குரல் வெடித்து அழத் துவங்கினாள்.

நான் விக்கித்துப் போய் நின்றேன். அம்மா என்னைத் தின்றுவிடுமாறு ஒரு பார்வை பார்த்துக் கொண்டே ஃபோனில், "நீ அழாதம்மா! அந்த நாய ஒழுங்கா வளக்காத நாங்கதாம்மா அழணும்! நீ நல்ல புள்ள! இந்தப் பய ஒனக்கு லாயக்கில்ல! செவத்த தூக்கி தூர வீசிட்டு நீ ஒழுங்காப் படிக்க வழியப் பாரு!" என்றாள்.

மறுமுனையில் விசும்பல் சப்தம் மாத்திரம் கேட்டது. அம்மா மீண்டும் மார்சியாவிடம், “ஒண்ணே ஒண்ணு கேப்பேன்! தப்பா நெனச்சிக்கிட மாட்டல்லாம்மா?”

“கேளுங்கம்மா!”

“இல்ல... நீங்க சின்னப் பிள்ளைகள்! ஏதோ காதல்’னு சொல்லி வயசு வேகத்துல வந்து நிக்கிம்போது நாங்க பெரியவங்க புத்தி சொல்லாம ஒங்கள ஊர் சுத்த வுட்டுகிட்டு இப்ப நீங்களே ஒருத்தர ஒருத்தர் அடிச்சிக்கிட்டும் மொறச்சிக்கிட்டும் ஒருத்தரவொருத்தர் வேண்டாம்னு வெலகி நிக்கிம்போது பெத்தவங்க எங்களுக்கு ரொம்ப வேதனையா இருக்கு! நானும் எனக்க வீட்டுல வளருகது ஒரு கடி நாய்னு தெரியாம உன்னைய மாதிரி ஒரு புள்ளைய கஷ்டப் படுத்திட்டேன்! எனக்கு ஒரு பொம்பளப் புள்ள இல்லாத கொறைய தீத்தது நீதான்... இப்ப நீ எனக்கு இல்லைன்னு ஆகும்போது என்னால தாங்கவே முடியலம்மா! என்னைய மன்னிச்சிரு மோளே” என்று அம்மா பெருங்குரலெடுத்து வெடித்து அழுதாள்.

என்னுடைய நெஞ்சின் கனம் வெகுவாய்க் கூடிப் போனது. நான் அம்மாவை அணைத்துக் கொள்ள முயன்றபோது எங்கிருந்து வந்ததோ அப்படியொரு வேகம். என்னைப் பிடித்துக் கீழே தள்ளிவிட்டாள் அம்மா. இந்தக் காட்சி இப்படி மாறும் என்று நான் எண்ணவேயில்லை. அழுகைக்கு மத்தியில் அம்மா மார்சியாவிடம், “எம்மா இவனாது ஆம்பளப் புள்ள! நீ ஒரு பொம்பளப் புள்ள! மூணு நாலு வருஷம் ஒண்ணா சேந்து சுத்திருக்கீங்க! நாளைக்கி ஒனக்கொரு வரன் பாக்கணும்னு வரும்போது இந்த ஊரு வாயி ஒன்னையத் தப்பா பேசுமே? ஒனக்கு ஒண்ணும் பிரச்சனையில்லியா?” என்று கடைசியாகக் கேட்டுவிட்டு மறுமுனையில் மார்சியா என்ன சொன்னாளோ தெரியவில்லை! அம்மா மீண்டும் கதறியழுதாள்.

ஃபோனைக் கட் செய்த அம்மா கோபத்தில் எழுந்து அவளது அறைக்குள் சென்று கதவைப் பூட்டிக் கொண்டாள். நான் எவ்வளவோ தட்டியும் அவள் கதவைத் திறக்கவில்லை. நான் அப்பாவுக்கு ஃபோன் செய்து விஷயத்தைச் சொன்னேன். அவர் அதற்குச் சொன்ன பதில் என்னை வியக்க வைத்தது.

“என்னடே ஒங்கம்மா ரூமப் பூட்டிக்கிட்டு சூசைடெல்லாம் பண்ணிக்கிடுவான்னு நெனைக்கியா? அது மட்டுந்தா நடக்காது! நானெல்லாம் சந்தோசமா இருந்தா ஒங்கம்மைக்கி எப்டிப் பொறுக்கும்னு யோசிச்சிப் பாத்தியா? அவளாது சாவுகதாவது?

கொஞ்சம் பொறு! நா வாரேன்! அதுவரைக்கும் அவளுக்க சல்லியமில்லாம செத்த நிம்மதியா இரு!"

'என்ன அப்பனடா நீர்?' என்பது போல ஆகிவிட்டது. ஒருமணிநேரம் கழித்து அப்பா அலுவலகத்திலிருந்து வீட்டுக்கு வந்தார். அம்மா அறையைத் திறந்து வெளியில் வந்தாள். என்னவோ என் அப்பாதான் அத்தனைக் காரியங்களையும் செய்தார் என்பதைப் போன்ற பாவனையில் அவரைக் கழுவிலேற்றினாள் அம்மா. அப்பா அமைதியாக எல்லாவற்றையும் கேட்டுக் கொண்டிருந்தார்.

அரைமணிநேரக் கதாகாலட்சேபம் முடிந்ததும் என்னைக் கூப்பிட்டு காதில் சில குறிப்புகள் சொன்னார். நான் அவரது பீரோவைத் திறந்து ஒரு முழுக்குப்பி ப்ளாக் லேபிள் விஸ்கியை எடுத்துக் கொண்டு போய் என்னுடைய பெட்ரூமில் வைத்துவிட்டு கடைக்குப் போய் ஒரு முழு தந்தூரிக் கோழியை வாங்கிக் கொண்டு, ஒரு பாக்கெட் கிங்ஸ் சிகரெட்டும் வாங்கிக் கொண்டு வைத்தேன். வழக்கமாக அம்மாவும் அப்பாவும் சண்டையிட்டுக் கொள்ளும்போதெல்லாம் இது ஒரு சம்பிரதாயமாக இருந்தது.

அத்தியாயம் 19

தகப்பனின் தடியடி

ஒரு எட்டு மணியளவில் அப்பா என்னுடைய அறைக்கு வந்து கதவைச் சாத்தினார். நான் ஒரு நாற்காலியில் அமர்ந்திருந்தேன். அப்பா என்னிடம் வந்து, "மொதல்ல ஒரு லார்ஜ ஊத்துடே!" என்றார்.

நான் அங்கிருந்த அளவைக் குடுவையில் 60 மில்லி ஊற்றி அதை மீண்டும் விஸ்கி கிளாசுக்கு மாற்றி நான்கு ஐஸ்கட்டிகளை எடுத்து அதில் போட்டேன். அப்பா அதை எடுத்து முகர்ந்து பார்த்துவிட்டு ஒரு சிப் அடித்து விட்டு என்னிடம் கேட்டார், "என்னடே கொழப்பம் ஒனக்கும் மார்சியாவுக்கும்...?"

நான் அப்படியே ஒன்றுவிடாமல் ஒப்பித்தேன். அப்பா சிரித்தார். எனக்கோ கவலை. 'எதுக்கு இந்த இளிப்பு இப்ப?'

அப்பா என்னிடம், "மக்களே! கல்யாணம் அப்டின்னு ஒரு செட்டப்பே தப்பு! அதுலயும் இந்தக் காதல் கலியாணம் அப்டிங்குறதே மிகப்பெரிய கஷ்டம்! காதல்னாலும் பரவால்லை! ஒரு ஆம்பள அப்டிங்குறவன் ஒரு எலெக்ட்ரான்'னு வச்சிப்போம்! ஒரு பொம்பள ப்ரோட்டானாக்கும்! ரெண்டும் சேந்தா என்னாவும்?"

"என்னாவும்?"

"வெடிக்கும்ல வெண்ண!"

"அப்புடியா?"

"ஆமா... இல்லியா பின்னே? ஒங்கம்மையும் நானும் போடுக சண்டைக்கி நியூட்ரான் அப்டிங்குற நீ மட்டுமில்லன்னா நானும் அவளும் எப்பவோ டைவர்ஸ் வாங்கிட்டு வேற வேற தெசைக்கிப் போயிருப்போம்!"

“நானா? என்னப்பா சொல்லுகீய? குண்டில அடிச்சானாம்! பல்லு பறந்து போச்சாம்னுல்லா இருக்கு கதை!”

“உள்ளது! அப்டிதா இருக்கும் கலியாணமும்! எங்கயோ கால வச்சா எங்கயோ இழுக்கும்! ஆனா தப்பிச்சி வெளில வர முடியாது! நம்ம ஊரு குடும்ப அமைப்பு அப்புடி! நமக்கே தெரியாம ஏதோவொரு தாய்க்கும் தவப்பனுக்கும் பொறந்து, நாம யார்னே தெரியாம வளந்து, ஏதேதோ படிப்பப் படிச்சிக்கிட்டு ஒரு வேலைக்கிப் போயி, கடன வாங்கி ஒரு வீட்டக் கெட்டி, கல்யாண வயசுன்னு ஒண்ணக் கடக்கும்போ ஒரு கலியாணத்தையும் பண்ணி, தேவையேயில்லாம ரெண்டோ மூணோ புள்ளைகளப் பெத்து, அதுகள வளத்து, தீனப் பண்டுவம் பாத்துப் படிக்க வச்சி ஆளாக்கி அதுகள சக்கரஞ் செலவழிச்சி ஒரு கலியாணம் பண்ணி அதுகளுக்கும் அதே மாதிரியான ஒரு சுழற்சியக் குடுத்துட்டுச் செத்துப் போறதுதான் நம்ம இந்தியாவுல உள்ள முக்கியமானக் கோமாளித்தனங்கள்ள முதன்மையானது தெரிமா!”

“என்னப்பா சொல்லுகிய? அப்ப காதல் கல்யாணமெல்லாம் பண்ணுகது தப்பா?”

“தப்புன்னு நாஞ் சொல்லலியே?”

“இப்பத்தானே சொன்னீங்க?”

“இங்க பாரு மக்ளே! தொடர்ச்சியா உன்னோட ஃப்ரெண்டு ஒருத்தன கெட்ட வார்த்தைய சொல்லி ஏசிக்கிட்டும், அவன சந்தேகப் பட்டு சொறிஞ்சிக்கிட்டே இருந்தா அவன் ஒனக்க மூஞ்சில முழிப்பானா?”

“மாட்டாம்!”

“ஏனாம்!”

“அவனுக்கும் ஒருநாள் எரிச்சல் வரும்! கோவம் வரும்! இல்லியா?”

“உன்னையக் கொல்லாம வுட்டாம்னா சந்தோஷம்’னு நெனச்சிக்கா!”

“இப்ப எதுக்கு இந்த காரியம்!”

“அந்தப் பிள்ள மார்சியாவுக்கும் ஒனக்கும் என்ன சம்மந்தம்?”

“அவள நா லவ் பண்ணுனேன்!”

“எப்போயிருந்து லவ் பண்ணுக?”

“ஒரு மூணு வருசத்துக்கு முன்னயிருந்து?”

“அதுக்கு முன்ன அவ ஒனக்கு யாரு?”

“யாருன்னே தெரியாது!”

“யாருன்னே தெரியாது! அவளுக்குக் காது கேக்குமா? கண்ணு தெரியுமா? வாய் பேசுவாளான்னு ஒனக்குத் தெரியுமா?”

“தெரியாது!”

“அப்பொரம் அவகிட்ட எப்புடி லவ் வந்துச்சி ஒனக்கு?”

“எனக்கு அவள புடிச்சிப் போச்சி!”

“எதுனால அவள ஒனக்குப் புடிச்சிப் போச்சி?”

“அவ அழகா இருந்தால்லா?”

“எத வச்சி அவ அழகாயிருந்தான்னு நீ நம்புன?”

“அதெல்லாஞ் சொல்ல முடியாதுப்பா!”

“அப்புறமெதுக்கு லவ் பண்ணுன?”

“கலியாணம் பண்ணுகதுக்கு?”

“கலியாணம் ஒனக்கெதுக்கு?”

“இதென்னப்பா கேள்வி?”

“பதில் சொல்லுல கோம்பக் கூய்மோன!” அப்பா கடுப்பானார்.

நான் சற்றே தடுமாறி, “அதுவந்து... அதாவது... கலியாணம்னா... வந்து... புள்ள பெத்துக்கிட்டு குடும்பம் நடத்துகதுக்கு?”

“அதாவது ஒனக்கு தன்னைய ஆம்பளைன்னு நிரூபிக்க ஒரு புள்ள பெத்துப் போடுக எந்திரம் வேணுமில்லியா?”

“அது... அப்டில்லாம் இல்லை!”

“நீ ஆம்பளதானே... ஒரு பொம்பளயால ஆம்பள தொணையில்லாம பிள்ள பெத்துக்க முடியும்! ஒரு ஆம்பளையால பொம்பளையில்லாம புள்ள பெத்துக்கிட முடியுமா?”

“யாம்ப்பா... முடியாதா?”

“நக்கக் கூட முடியாது!”

“என்னப்பா இது? மரியாதையில்லாம பேசுகியோ?”

“ஒனக்கென்னடே மரியாத? ஒன்னிய நம்பி ஊரு முச்சூடும் சுத்திக்கிட்டு அவ்ளோ அன்போட இருந்த புள்ளைக்கி கெட்ட வார்த்தைகள பேசிக்கிட்டு டார்ச்சர் குடுத்துருக்க? ஒரு பொம்பளப் புள்ளைய மதிக்காத நாய்க்கி காதலும் கலியாண மயிருந்தான் கொறச்சல்?”

நான் தலையைக் குனிந்து கொண்டேன். அப்பா விடவில்லை, “லேய்.. ஆணோ பெண்ணோ? நம்மகிட்ட அன்பா இருக்குறவங்கள அன்போடயும் மரியாதயோடயும் நடத்தணும்.. அதுதாம்டே முக்கியம்? எதுக்கு துணி உடுத்துகோம்? மானத்த மறைக்கத்தானே? இங்க மானம்னா சாமானம் கெடையாது? துணிதாம்லே பொய்யி? சரீரம் பொய்யில்ல? வார்த்தையளு முக்கியம்லே? எனக்க இத்தன வர்ஷ ஜீவியத்துல் ஒங்கம்ம இப்புடி அழுது நாங் கண்டதில்ல... அவளுக்கு அழ வச்சித்தாம்ல பழக்கம்? நானே அவளுக்க மனசு நோக பேசியோ கைநீட்டியோ அவ மனச சங்கடப் படுத்துனதில்ல? ஆனா நீ அவளயே அழ வச்சிருக்க ராஸ்கல்?”

நான் அழுதுகொண்டே அப்பாவின் மடியில் படுத்தேன். அப்பா என்னிடம் சப்தமாக, “எங்க வந்து படுக்க? இன்னொரு ரவுண்டு யாரு ஒங்கப்பனா ஊத்துவான்? அந்தத் தந்தூரிய பிரி? வாயி மனமன’ன்னி இருக்கு! அந்த சிகுரெட்டு பாக்கெட்ட பிரிச்சி ஒண்ண பத்த வச்சித் தா?”

நான் கடுமையாக, “சிகுரெட்டு ஊதணும்னா பால்கனி’ல போயி ஊதும்வே? உள்ள வச்சிக் குடிச்சீருன்னா வாய ஒடச்சிருவெம்? ஒமக்க பொண்டாட்டிக்கி சப்போர்ட்டு மைரு பண்ணுகீர்லா? அங்க போயி அந்த சிகுரெட்ட சுட்டு சூப்ப வேண்டியதானே?”

அப்பா சிரித்தவாறே, “வெசனப் படாதடே மக்கா? அந்த மார்சியா புள்ளைய பாரு? தகப்பங் கூட வளந்ததில்ல? அஞ்சி ஒருசத்துக்கு ஒருக்கா ரெண்டு மாசம் லீவுல வந்துட்டு போவான் அவளுக்க அப்பன்? வாயி நெறைய என்னைய அப்பான்னு கூப்புடும் போது ஒரு பொம்பள புள்ள இல்லியேங்குற கொறையே எனக்கிருக்காது! அந்தப் புள்ள ஒங்கம்மைக்கிட்ட கண்ணீர் வுட்டுருக்கு? எவ்ளோ கலகலப்பா பேசிக்கிட்டு நடந்த பிள்ளைய அழ வச்சிருக்கியே? மக்கா ஒண்ணு தெரிஞ்சிக்கா? சாவும்போது என்னத்த கையில கொண்டு போவோம்னு தெரியாது! நீ பொறந்தப்போ ஒன்னைய பாக்க வந்தவங்க பூரா எனக்க சொந்தக்காரனுவளும், சேக்காளிமாரும்,

ஒங்கம்மைக்க சொந்தக் காரவளும்தாம்! ஆனா நீ சாவும்போ ஒன்னையத் தேடி வரப்பட்ட ஆட்கள் முச்சூடும் நீ சம்பாத்தியம் பண்ணுன மனுசம்மாரா இருக்கணும்! சக்கரத்த சம்பாத்தியம் பண்ணிறலாம்! மனுசம்மாற சம்பாதிக்கத் தலகீழா நிக்கணும் புரிஞ்சா?”

நான் கண்ணீரோடே தலையை ஆட்டி அவர் சொன்னதை ஆமோதித்து அவரது கையிலிருந்த கப்பை வாங்கி ஒரு லார்ஜ் விஸ்கியை ஊற்றினேன்.

அப்பா என்னிடம் மீண்டும், “நாளைக்கி காலம்பர என்ன செய்வியோ ஏது செய்வியோ எனக்குத் தெரியாது! மார்சியாகிட்ட போயி நாஞ் செஞ்சது கொண்டது எல்லாந் தப்புதாம்! என்னைய மன்னிச்சிருன்னு சொல்லி அவகிட்ட மன்னிப்பு கேளு! ஒனக்கு அவ வேணுமோ வேண்டாமோ... ஒங்கம்மைக்கிம் எனக்கும் அந்தப் புள்ள வேணும்! வயசு காலத்துல எங்கள சங்கடப் படுத்திறாத? அடுத்த வருஷம் அவளுக்க அப்பன் ஊருக்கு வரும்போ பேசி கலியாணம் ஏற்பாடு பண்ணிறலாம்! மனசுலாச்சா?”

எனக்கு ஒரே குழப்பம். ‘என்னடா நடக்கு இங்க? ஒருநாளும் ஒப்பாரி வைக்காத அம்ம குலுங்கிக் குலுங்கி அழுகா? சத்தமா ஒரு வார்த்த கூடாத அப்பன் நாயச் சொல்லாத்த சொல்லு சொல்லுகாம்? என்னிய விட அந்த மார்சியா நாயி இவாளுக்கு முக்கியமா போயிட்டாளா? ச்சைக்... நல்ல குடும்பம்டா டேய்!’

அப்பா மூன்றாவது ரவுண்டின் முடிவில் இவ்வாறு சொன்னார், “ஒங்கம்மய எங்கல? ஒனக்க தாத்தன் இருக்கானே தடித்தாய்ளி? அவெம் ஒனக்க அம்மைய எனக்கத் தலைல கெட்டி வச்சி எனக்க வாழ்க்கையே சீரழிச்சிட்டாம் பாத்துக்கா மக்கா! அவன உயிரோட உடப் புடாது கேட்டயா?”

“எப்பா அந்தாளு செத்து அஞ்சி வருசமாகு? மனுசனாருந்தா அவனுக்க பேச்சிலயும் நடத்தைலயும் எள்ளோல மரியாதை வேணும்! நல்லா குடிச்சிருக்க.. போய்ப் படு!”

“அது உள்ளதுதாம்லே மக்களே! எனக்கு ஒறக்கம் வருகுடே! எட்டூ இருதயம்! எந்திச்சி தோச சுட்டுத் தாளா? அவ்ளோ சீக்கரத்துல என்னட்டூ ஒரு கெடப்பு ஒனக்கு?” என்றவாறே எழுந்து போய் இருதயமேரியிடம் இரண்டு இடிகளைப் பெற்றுவிட்டுப் படுத்தார்.

நானும் ஒரு மூன்று ரவுண்டுகளைத் தாக்கிவிட்டுப் படுத்தேன். இரவெல்லாம் ஒரே யோசனை, 'இந்தப் பாவி முடிவாளை என்ன சொல்லி சமாதானப் படுத்துகது?' அப்படியே உறங்கிப் போனேன்.

காலை விடிந்தது. அம்மா அடுக்களையில் நின்று கொண்டிருந்தாள். நான் பின்பக்கமாகப் போய் அவளைக் காட்டிக் கொண்டேன்.

"கைய எடு நாய! தூஷணமான வார்த்தையள சரளமா பேசுக தொட்டிப் பயகிட்ட பேசுகதுக்கு எனக்கு விருப்பமில்ல! மூஞ்சில முழிக்காத? தூரப் போ!"

நான் கெஞ்சினேன், "ஏளா இருதயம்! நா ஒனக்க ஒரே புள்ளல்லா! என்னையவா போவச் சொல்லுக நீ?"

"பேரச் சொல்லிக் கூப்டன்னா பல்லத் தட்டி கைல தந்துருவெம் பாத்துக்கா? நேத்து ராத்திரி இப்புடித்தாங் கூப்டுக்கிட்டு ஒருத்தன் வந்தான்! காதுல பிளாஸ்திரி போட்டுகிட்டு அந்தா கெடக்காம் போய்ப்பாரு!"

"அடப்பாவி தகப்பா! என்னடா செஞ்ச?" என்றவாறே அப்பா ரூமுக்குப் போனால் அங்கே காதுகளில் பஞ்சு வைத்து பிளாஸ்திரி போட்டிருந்தது, "எப்பா என்னாச்சி ஓமக்கு? காதுல என்ன? அம்ம தாக்கிட்டாளா?"

ஷேவ் பண்ணிக் கொண்டிருந்தவர் என்னிடம் திரும்பி, "யாரு! ஓங்கம்மையாது என்னையத் தொட்டுகிட்டு போறதாவது? புடிச்சித் திருவி உட்டுருவங் கேட்டியா? சொல்லி வைய்யி ஒங்கம்மகிட்ட!"

அம்மா உள்ளிருந்து குரல் கொடுத்தாள், "அங்க என்னலே சத்தம்? அப்பனுக்கும் மொவனுக்கும்?"

அப்பா அதற்கு மறுமொழியாக பாந்தமான குரலில், "இட்டிலிக்கி என்ன சட்டினி வைக்கப் போறா ஒங்கம்மைன்னு கேட்டுக்கிட்டிருந்தம்ளா?"

நான் தலையிலடித்துக் கொண்டு காலையில் முதல் வேலையாக மார்சியாவைச் சந்தித்து மன்னிப்பு கேட்பது என்று எண்ணிக் கொண்டு குளித்து ரெடியாகி வண்டியைத் தட்டினேன். பேருந்து நிலையத்தில் மார்சியா மாத்திரம் நின்று கொண்டிருந்தாள். 'ரொம்ப வசதியாப் போச்சி! மானக்கேடு கொஞ்சம் கம்மியா இருக்கும்!' என்றெண்ணிக் கொண்டே அவளது அருகில் சென்றேன். பார்த்தும் பார்க்காதது மாதிரி நின்று கொண்டிருந்தாள். நிராகரிக்கிறாளாமாம்!

நான் மெதுவாக நடந்து அவளது அருகில் போய் வேறு யாராவது பார்க்கிறார்களா? என்று பார்த்துக்கொண்டே திரும்பி நின்று தலையைக் குனிந்தவாறே பேசத் துவங்கினேன்,

“இங்க பாரு மார்சியா! நா ஓங்கிட்ட கொஞ்சம் பேசணும்! பேசணும்னு இல்லை! மன்னிப்பு கேக்கணும்! எங்கம்மாப்பாலாம் நேத்து முழுக்க என்னையப் புடிச்சி ஒரே அறுத்துக்கிழிப்பு கேட்டியா? நாங்கூட ஓங்கிட்ட அப்டிலாம் பேசிருக்கக் கூடாது! இப்பங் கூட... இத்தனைக்கிப் பொறவும் நா ஒன்னையத் தேடி வந்துருக்கம்னா அதுக்குக் காரணம் உண்மையான காதல்தாம் பாத்துக்கா மக்கா! ஒரு விசியம் யோசிச்சிப் பாத்தா எனக்குச் சிரியா இருக்கு! நமக்குள்ள இப்டிலாம் சண்ட வரும்னு நா யோசிச்சிப் பாத்ததில்ல கேட்டியா! இங்கேரு மக்ளே! நம்ம எப்டிலாம் காதலிச்சொம்? இப்புடி சண்டையிட்டு மானாங்காணியா பேசிக்கிட்டு பிரிஞ்சி போறதுக்கா இத்தன கூத்தும்? நம்ம ரெண்டு பேருக்க வீட்லயும் சம்மதந்தானே? அப்பொரம் நமக்குள்ள சண்டைக்கி எதுக்கு ஒரு எடங்குடுக்கணும்? அதனால கடசியா ஒண்ணு மட்டும் சொல்லிக்கிடுகென்! நாம் பேசுனது கொண்டது எல்லாந் தப்புதாங் கேட்டியா? என்னைய மன்னிச்சிரு!”

என்று மூன்று நிமிடங்கள் உரையாற்றிவிட்டு எதிர்ப்பக்கமிருந்து எந்த பதிலும் வரவில்லையாதலால் ஏறிட்டுப் பார்த்தேன். அந்தப் பேருந்து நிலையத்தில் யாருமில்லை. பக்கத்திலிருந்து சர்பத் கடைக்காரரிடம் கேட்டேன், “எண்ணே இதுல ஒரு பிள்ள நின்னுல்லா? அத எங்க?”

“நீ வந்த அடுத்த அஞ்சி செக்கண்டுல அவ காலேஜி பஸ்சு வந்து... அதுல ஏறிப்போய்ட்டா தம்பியோ!”

‘அய்யோ மானக்கேடு! இந்தக் கடக்காரன் என்ன நெனச்சிருப்பாம்! அவ்ளோ கொழுப்பாட்டி ஒனக்கு? யாம்னாக்கா ஊர்ல வேற ஆளுவளே இல்லல்லா? ஒனக்கக் குந்தியத் தாங்கிட்டு நடக்கனே நானும்! பெரிய உள்ளத்தை அள்ளித்தா ரம்பால்லவா? சிலுப்பிக்கிட்டு நடக்கியதுக்கு? போட்டீ மைறே! இந்தக்கெடக்குல்லா இந்தப் பிஞ்ச செருப்புக்கு சமானம்ட்டி நீயெனக்கு? நாம்பாட்டுக்கு நின்னு ஒத்தையில பேசுகேம்! எவனுக்கு வந்த விருந்தோன்னு பஸ்சுலயா ஏறிப் போற தொட்டி மூளி! இனி ஒன்னையத் தேடி வந்தம்னா என்னைய நாயேன்னு கூப்டு என்னா?’ என்றவாறே மனசுக்குள் கடுமையாக வசைபாடி விட்டு வண்டியைத் தட்டி நிலா அட்மிட் ஆகியிருந்த ஆஸ்பத்திரிக்குச் சென்றேன்.

அங்கு போய்ப் பார்த்தால் அங்கே நிலாவும் அவளது அம்மாவும் இல்லை. அருண் தற்கொலை செய்யவும் அவனது உறவினர்கள் ஆஸ்பத்திரிக்கு வந்து கலாட்டா செய்த காரணத்தால் அங்கிருந்து போலீஸ் அவர்களை அரசு மருத்துவமனைக்கு மாற்றி விட்டார்கள் என்று அங்குள்ள நர்ஸ் சொன்னாள். மீண்டும் வண்டியை எடுத்துக் கொண்டு அரசு ஆஸ்பத்திரிக்குச் சென்றேன். அங்கே நிலாவுக்குக் கடுமையான போலீஸ் பந்தோபஸ்த்து கொடுத்து என்னைப் பார்க்க அனுமதிக்கவில்லை. சோர்வாக இருக்கவே வீட்டுக்கு வந்து படுத்தேன்.

மதியம் அப்பா அழைத்துக் கேட்டார், "என்னெடே மார்சியாகிட்ட மன்னிப்பு கேட்டியா?"

நான் இருந்த கடுப்பில், "வேய் நீயெல்லா ஒரு அப்பனாவே? மனுசன மதிக்கணும் பிதுக்கணும்'னு நைட்டு டியூசன் எடுத்தியே? அந்த நாயி என்னைய ஒரு புழுவா கூட மதிக்கல! நாம் பாட்டுக்கு செவனேன்னு இருந்தவன போயி மன்னிப்பு கேளு! சோடா உப்பு கேளுன்னு சொல்லி நாம் போயி தனியா நின்னு பஸ் ஸ்டாப்புல பாட்டு பாடிக்கிட்டு வந்துருக்கேன்! இனிமே போனடிச்சீருன்னா அப்பம்னு பாக்க மாட்டேம் பாத்துக்காரும்!" என்று சொல்லிவிட்டு ஃபோனைக் கட் பண்ணிவிட்டுப் படுத்தேன். அன்று முழுவதும் உடலுக்கும் மனசுக்கும் ரெஸ்ட் கொடுக்கும் நோக்கில் வீட்டை விட்டு வெளியில் வரவில்லை. வெளிச்சம் போய் இருள் வந்தது.

அத்தியாயம் 20

பெருச்சாளிகளின் ஆத்துமா

அன்று முழுவதும் என் மனம் குமைந்து கிடந்தது. 'அவளே இல்லையென்றாகி விட்டது, அவள் எழுதிய மன்மத மடல்கள் என்ன மண்ணாங்கட்டிக்கு? சவங்கள் ஒழிந்து போகட்டுமென அவைகளை எரித்து விடலாம் என்ற எண்ணத்தில் அலமாரியைத் திறந்தேன். அத்தனை பிரமிப்பு. ஆக்கர் கடைக்காரனிடம் எடைக்குப் போட்டால்கூட எப்படியும் ரெண்டு கிலோ தேறும். அதிலும் 'அவளது கனமிகுந்த காதல் மொழிகள் வேறு இன்னமும் இரண்டு கிலோ எடையை அதிகரிக்கும்' என்று தோன்றியது.

நம்முடைய காதல் குறித்த காரியங்கள் கடுகளவு வெளியே சிதறினாலும்கூட காதலின் கடவுள் ஜெமினி கணேசன் கோபித்துக் கொள்வார் என்பதால் பேரீச்சம் பழங்களின் மீதான ஆவல் விட்டுப் போனது. அந்தக் காகிதக் கட்டுகளிலிருந்து குத்துமதிப்பாக ஒரு கடிதத்தை எடுத்து வாசிக்கத் துவங்கிய போதுதான் அது உறைத்தது. அதுதான் அவள் தன்னுடைய ரத்தத்தில் எழுதிய எழுத்துக்கள்... அதை வாசிக்க வாசிக்க அந்த வரிகள் அனைத்தும் ரத்தக் கண்ணீரை வரவழைத்தன.

"பேதியில போவா! என்னைத்தான் எவ்வளவு காதலித்திருக்கிறாள்? எப்படி இவள்களால் தங்களது எதிர் காலம் குறித்த முடிவுகளைத் துச்சமாகவும் துரிதமாகவும் எடுக்க முடிகிறது?"

துக்கம் எனது தொண்டையை அடைத்து ஒரு குவாட்டரால் தன்னை நனைத்து ஆசுவாசப் படுத்தத் துணிந்து விட்டதை உணர்ந்தேன். இந்தக் கடிதங்கள் ஒவ்வொன்றையும் தனித்தனியாகக் கொன்று கழுவிலேற்றி விட்டு தாகசாந்தியை மேற்கொள்ளலாம் என ஒவ்வொன்றாய் படிக்கத் துவங்கினேன்.

அவளது ஒவ்வொரு கடிதமும் ஒரே பெண் எழுதியது போல அல்லாமல் வேறுவேறு பயபுள்ளைகள் எழுதியது போல

இருந்ததுதான் அவளது தனிச்சிறப்பு என்பதை உணர்ந்தபோது அவள் மீதான காதலும், அவளது இழப்பும் என் இதயத்தை உறுத்தி ஒரு மிகப்பெரிய ஒப்பாரியை ஏறெடுக்க உறுதுணையாய் அமைந்து போனது.

கடிதங்களைப் படிக்க எனது கண்கள் ஒத்துழைக்கவில்லை. கண்ணீரால் மூடப்பட்ட கண்களால் காதல் கடிதங்களை வாசித்தல் என்பது கடினமான காரியமாய் அமையும் என்றெல்லாம் அவளைக் காதலித்த காலத்தில் இந்த மரமண்டைக்கு ஒருபோதும் உரைத்ததில்லை.

“நீ மட்டும் என் வாழ்வில் வராமல் போயிருந்தால் நான் கிழித்திருப்பேன், மல்லாத்தியிருப்பேன், செழிச்சி செண்டாக்கியிருப்பேன்!” என்று என்னவெல்லாமோ எழுதித் தொலைத்திருக்கிறாள் பாவிமட்டை.

இப்போது இதயம் கிழிந்து சரிந்து கிடப்பது நான்தான் என்பது அப்பட்டமாகப் புரிந்து போனது. ஒவ்வொரு கடிதங்களையும் வாசித்து, ஒவ்வொன்றாய்க் கிழித்து குப்பைத் தொட்டியில் வீசியதில் குப்பைத் தொட்டி கர்ப்பமானது. ஒரு பிளாஸ்டிக் பக்கெட் நிறைய காகிதக் கழிசடைகளை நிரப்பி வெளியே வர எத்தனிக்கும் போது அம்மா கேட்டாள்,

“சார்வாள்! எங்க தூரமா போறிய? கைல என்ன பக்கெட்டு? என்ன யாவாரம்?”

நான் பதில் சொல்லவில்லை. காதல் சுமந்த காகித மடல்களின் கிழிசல்களை வீட்டின் பின்னாலிருந்த ஓடையில் கொட்டினேன். தீப்பெட்டியை எடுத்து பற்ற வைக்கமுனையும் போதுதான் அந்த கிழிசலில் ஒரு வாக்கியத்தைக் காண நேர்ந்தது.

‘உன் முத்தங்களால் என்னைத் தீமூட்டுவாயா குணா?’

“கு...ண! இருட்டீ ஒன்னய வச்சிக்கிடுகேன்...”

நேராகப் போய் என் பைக்கிலிருந்து கொஞ்சம் பெட்ரோலைப் பிடித்துக் கொண்டு வந்து அதில் ஊற்றி தீயைப் பற்ற வைத்தேன். அவள் ‘இச் இச் இச்’ என்று எனக்குத் தந்த முத்தங்கள் அனைத்தும் நெருப்பில் ‘டப் டப்’ என வெடித்தன. பெரிய புகைமூட்டம் எழுந்ததைக் கண்ட அம்மா வீட்டினுள்ளிருந்து குரல் கொடுத்தாள்,

“எலே எழவுடுப்பான்! அங்க என்ன மயித்தப் போட்டு கொளுத்திட்டு கெடக்க? ஒரே பொகையா வருகு?”

“நான் சொன்னேன், அது பொகையில்ல பாவி! என்னோட ஆவி... !”

என் மனம் அழுதது, “அடிப்பாவி கடசீல இப்புடி சாக்கடைக்குள்ள கொண்டாந்து குப்பைய எரிக்கதுக்கு நிப்பாட்டிட்டியே?”

அவளோடான தீராக் காதலின் சவ அடக்கத்தின் போது உருவான கடும் உஷ்ணம் தாங்காமல் அந்த சாக்கடையில் வசித்த இரண்டு பெருச்சாளிகள் தெய்வபாதம் அடைந்திருந்தன.

‘பாவிமகளால் இரண்டு உயிர்கள் அநியாயமாகப் போய் விட்டதே?’

மீண்டும் மனம் கொதித்துப் போனது. எனது கோணத்தில் எப்பவுமே அவள்தான் குற்றவாளி. அந்த இரண்டு ஜீவன்களின் உயிரற்ற பூத உடல்களைத் தூக்கி அதில் ஒன்றுக்கு ‘ஜாபி’ என்றும், மற்றொன்றுக்கு ‘மார்சியா’ என்றும் அவளது பெயரிட்டு அவைகளுக்கு ஞானஸ்நானம் அருளி, பின்பக்கத் தோப்பில் இருந்த ஒரு தென்னை மரத்தினடியில் குழி தோண்டி நல்லடக்கம் செய்து, அங்கிருந்த உண்ணிப் பூக்களைத் தூவி, கல்லறையைப் பிரதிஷ்டை செய்துவிட்டு வீட்டுக்குள் வந்தேன்.

மணி இரவு எட்டு. பைக்கைக் கிளப்பி டாஸ்மாக்கில் சென்று ஒரு கால்குப்பியை வயிற்றுக்குள் சாய்த்து விட்டு வீடு திரும்பும் போது மணி பத்து. கொஞ்ச நேரம் அம்மாவிடம் போய் அழுதுவிட்டு வந்து படுத்தேன். அம்மா வெளியே அப்பாவிடம் பேசிக் கொண்டிருந்தாள்,

“செவங்கள ஒழுங்காப் படிச்சி ஒரு நல்ல நெலைமைக்கு வரும்னு நெனச்சி காலேஜிக்கு அனுப்புனா... காதல் ஊதல்னு ஊரு சுத்திக்கிட்டு இப்பம் வந்து நின்னுக்கிட்டு ‘கொல்லியாண்டோ குட்டியப்போ’னு ஒப்பாரி வச்சிகிட்டு லாந்துதுவோ! கண்டீயளா மொவனுக்க லெச்சணத்த? அந்தப் புள்ள மார்சியா பாவம்லா?”

அப்பா தூங்கி அரைமணி நேரமாயிருந்த விஷயம் அம்மாவுக்குத் தெரியாது. அவள் பாட்டுக்கு சுவரிடம் பேசிக் கொண்டிருந்தாள். உள்ளே படுத்துக் கிடந்தவாறே இந்த சம்பாஷணையைக் கேட்ட எனக்குக் கோபம் பொத்துக் கொண்டு வந்தது. மனதுக்குள்,

‘நீயெல்லா ஒரு அம்மயாம்மா? ஜோபி எத்தனை அன்பானவள் என்னும் காரியம் உனக்கு விளங்குமா? சை...! எங்கள் காதல் எத்தனை தெய்வீகமானது அய்யோ?”

மீண்டும் கண்ணீரால் மெத்தை நனைந்தது. பானம் அருந்தும் வேளைகளில் மாத்திரம் நமது பெருந்துக்கங்கள் எல்லாம் பொன்வண்டாகவும், சிறிய சங்கடங்கள் அனைத்தும் கடந்தைகளாகவும் மாறுவதை எப்போதும் என்னால் உணர முடிவதேயில்லை என்னும் காரியம் மீண்டும் என்னை ஆட்டி வைத்தது. உறங்கிப் போனேன்.

சற்றைக்கெல்லாம் ஓடையில் கிளம்பினாற்போலவே மீண்டும் புகைமண்டலம் கிளம்பியது. அன்று மரித்துப்போன பெருச்சாளிகள் ஜோபியும், மார்சியாவும் வெள்ளை நிற உடையில் கைகளில் மலர்க்கொத்துகள் தரித்து கண்களில் ஒருவித ஒளியோடு நின்றிருந்தார்கள். எனக்கு ஆச்சர்யம் தாங்கவில்லை. ஜோபி என்னிடம் சொல்லியது,

“எங்களுக்கு மோட்சப் பதவியை அளித்த பரமாத்துமாவே! நீர் வாழ்வாங்கு வாழ இறைவனைப் பிரார்த்திக்கிறேன்! பாவங்கள் நிறைந்த அந்தப் பொல்லாப் புவியில் இருந்து எங்களைத் தப்புவித்ததற்காய் இந்தப் பூங்கொத்துக்களைப் பெற்றுக் கொள்ளுங்கள்!”

என்று கூறி முட்டிங்கால் போட்டு ஜெபித்தது. அது ஒரு எருக்கலைப் பூக்கள் சூடிய மலர்க்கொத்து. என் கண்கள் கண்ணீரால் நிறைந்து போனது.

“கடவுளே! இந்த சின்னஞ்சிறிய பெருச்சாளிகளுக்கு என்மீது இருக்கும் இனிய இரக்கமும், நெடிய பற்றுதலும், நீண்ட பொறுமையும், அப்பழுக்கற்ற அன்பும் அவளுக்கு இல்லையே?”

ஜோபிக்கும், மார்சியாவுக்கும் அவர்களது தலையில் இரண்டு மஞ்சள் வட்டங்கள் இருந்ததைக் கண்டு எனக்கு சிரிப்பு தாளவில்லை. நான் அவர்களிடம் கேட்டேன்,

“என்னடே உங்க ரெண்டு பெருக்க மண்டைக்க மேலயும் மஞ்சக் கலர் ரப்பர் பேண்ட் பறந்து அந்தரத்தில் நிக்கி?”

அதற்கு மார்சியா மிகுந்த வெட்கத்தின் மத்தியில், “அவைகள் ஒளிவட்டங்கள் கனவானே! நாங்கள் இப்போது சமாதானத்தின் பிள்ளைகள் அல்லவா? ஆகையால் எங்களுக்கு தலையில் ஒளிவட்டங்கள் கிடைக்கப் பெற்றோம்! உங்களால் மாத்திரமே எங்களுக்குப் பரலோக வாழ்வு சாத்தியப் பட்டது என்றால் அது மிகையில்லை!”

‘இந்தப் பெருச்சாளிகள் தான் எத்தனை அன்பு நிறைந்தவை? இவைகளுக்கா அந்த பன்னாடையின் பெயரைச் சூட்டினேன்?’

மீண்டும் மனம் தேம்பியது. நான் வாயை வைத்துக் கொண்டு சும்மாயிராமல், எனக்கும் இப்படி ஒளிவட்டங்கள் வரவேண்டுமானால் நான் என்ன செய்ய வேண்டும் என்று அவைகளிடம் கேட்டு வைத்தேன்.

அவைகள் இரண்டும் சற்றும் யோசிக்காமல் கோரசாக சொன்னது, “அதுக்கு நீங்க செத்து மண்ணோட மண்ணாப் போவணும் முதலாளி!”

‘என்னது நாஞ்சாவணுமா? அட செறுக்கியுள்ளையளா! பெருச்சாளிக்கி திமுரப் பாத்தீயளா? சரித்தான் அந்த கம்புகாலிக்க பேரை உங்களுக்கு வச்சம்லா? அதுதாந் தப்பு!’

மனம் மரத்துப் போனது. மீண்டும் ஜோபி என்னிடம், ‘ஆனாலும் இறைவனே! நீங்கள் எரித்த கடிதத்திலுள்ள ரத்தமானது மனிதர்களின் ரத்தமல்ல! அது துப்புவாளை மீனின் ரத்தம் ஆகும்!’

நான் திடுக்கிட்டுப் போய் ஜோபியிடம், “உனக்கெப்படி தெரியும்? நீ எப்படிக் கண்டுபிடித்தாய்? அது சரியான தகவல்தானா?”

அதற்கு மார்சியா என்னிடம், “தவறாய்ச் சொல்வதற்கு நாங்கள் என்ன லேப் டெக்னீசியன்களா? மூன்றாண்டுகள் அந்த ஓடையிலேயே நாங்கள் வசித்ததால் யார் யார் வீட்டில் என்ன கறி சமைக்கிறார்கள் என்பது எங்களுக்கு நன்றாகவே தெரியும் மகானே! மீனின் மணத்திலேயே அது என்ன மீன் என்பதை நாங்கள் கண்டுபிடித்து விடுவோம்! இந்தத் தெருவிலேயே மிக மோசமாக சமைப்பது அந்த மூன்றாம் வீட்டு செல்லத்தாயிதான்! அவ மாப்ளையெல்லாம் எப்புடித்தான் ஜீவிக்கானோ?”

நான் கொதித்துப் போனேன், “அடிப்பாவி துப்புவாளை மீனின் ரத்தமா? உன்னுடைய ரத்தமில்லையா அது? இது கூடத் தெரியாமல் அந்தக் கடிதத்துக்கு ஆயிரத்துக்குமேல் முத்தங்களை வழங்கினேனே? அதுவுமில்லாமல் அந்த குருதிக் கடிதங்களுக்கு பதில் கடிதத்தை என்னுடைய சொந்த உதிரத்தைக் குண்டூசியால் குத்தி புறாவின் இறகுகளால் அல்லவா எழுதினேன்?”

கனவு கலைந்தது. பெருச்சாளிகளின் ஆத்மாக்கள் மறைந்து போயிருந்தது. முன் வீட்டில் அம்மா ஜெபித்துக் கொண்டிருந்தாள்.

“கடவுளே! இந்தக் கோமாளிப் பயலுக்கு நல்ல புத்தியைத் தாரும்!”

காதலிகள் குறித்த கனவுகள் அத்தனையும் சுவாரசியமானதாகவே இருக்கும் என்று நினைப்பதுதான் எத்தனை பெரிய தவறு?

அப்படியே நாட்கள் நகர்ந்தன. ஒரு பத்து நாட்கள் கழித்து அந்தத் தகவல் வந்து சேர்ந்ததும் நான் மனம் துவண்டு போனேன். அதுதான் நிலா மற்றும் அவளது அம்மாவின் மரணச் செய்தி. நிலா அருணைக் காதலித்து ஏமாற்றியதால்தான் அவன் செத்துப் போனான் என்று ஊர் முழுக்கப் பேசக்கேட்டதாலும், இந்தப் பிரச்சனைகளால் நிச்சயிக்கப்பட்ட நிலாவின் திருமணம் நின்று போனதாலும் மன உளைச்சலில் இருவரும் விஷம் குடித்துத் தற்கொலை செய்து கொண்டார்களாம். என்னால் அதை ஏற்றுக் கொள்ளவே முடியவில்லை. காதலிப்பதும் அதனால் ஏற்படும் விளைவுகளும் இத்தனைக்கும் கொடூரமாகவும் இருக்குமா என்று குழம்பிப் போனேன். எந்தக் கேடு எவன் செய்து விட்டுச் செத்துப்போனாலும் எஞ்சியிருப்பவர்களையே இந்த எச்சைச் சமூகம் வசைபாடும்! இந்த விஷயத்தில் நிலாவைக் குற்றம் சொல்ல முடியுமா? அருணைக் குற்றம் சொல்ல முடியுமா? நிலாவின் குடும்பத்தைக் குற்றம் சொல்ல முடியுமா? இந்தச் சாதிப் புழு பூத்துக்கிடக்கும் இந்த விஷச் சமுதாயத்தைக் குற்றம் சொல்ல முடியுமா? எது எப்படியோ பாவப்பட்ட நிலாவின் விதி முடிந்து விட்டது. என்னால் அப்போதைக்கு அவர்களுக்காகக் கண்ணீர் மாத்திரமே சிந்துவதைத் தவிர வேறு என்ன செய்து விட முடியும்?

அதற்குப்பின்னர் நான் மார்சியாவைத் தொந்தரவு செய்யவில்லை. அவளுடைய விருப்பப்படி வாழ்ந்து விட்டுப் போகட்டும் என்று ஓரே வருடத்தில் நான் ஹென்னாவைத் திருமணம் செய்து கொண்டேன். இன்று இதோ இத்தனை வருடங்கள் கழிந்தும் நான் திருந்தவில்லையே? பெண் ஏன் அடிமையானாள்? என்னும் புத்தகத்தையெல்லாம் படித்து வாய் கிழியப் பேசிவிட்டு இதோ என்னுடைய முன்னாள் காதலியான ஜாப் மார்சியாவுக்குக் கலியாணம் ஆகப் போகிறது என்ற கோபத்தில் குவாட்டர் அடித்து விட்டு நான் ஏன் துக்கப் படவேண்டும்? என்னைக் காதலித்த ஒருத்தி என்னால்தான் கல்யாணம் வேண்டாம் என்று தட்டிக்கழித்து இத்தனை ஆண்டுகள் இருந்து விட்டு இன்று எவனோ ஒருவனைக் கல்யாணம் செய்துவிட்டுப் போகப் போகிறாள். இன்னொரு வீட்டுக்குப் போகிறவள் நன்றாக வாழட்டும் என்கிற நல்லெண்ணம் எனக்கு ஏன் இல்லாமல் போனது.

அதற்குக் காரணம் மமதை! ஆண் என்ற ஒரு அலட்சியப் போக்கு! பெண்களும் அவள்களது உடலும் ஆணுக்குச் சொந்தம் என்கிற ஒரு கோட்டிக்காரத் தனமான ஈனப்புத்தி! என்பதை நான் அந்த மரத்தின் அடியில் வைத்து கண்டுகொண்ட போது எனக்கு போதை தெளிந்து ஞானோதயம் அடைந்தேன். அந்நேரம் நான் நின்று கொண்டிருந்தது வேப்பமூடு ஜங்ஷன்.

மொபைல் போன் ரிங் ஆனது. வேறு யாராக இருக்க முடியும்? என் வாழ்நாள் முழுக்க நான் சுமக்கத் தீர்மானம் செய்த சிலுவையாகிய ஹென்னாதான் அது. அட்டென் செய்தேன்.

“ஹலோ! சொல்லு டாவ்வ்!”

“எங்க கெடக்க மனுசா நீ? காலம்பர வண்டிய எடுத்துட்டுப் போன ஒந்தானுக்கு இத்தன நேரமா சந்தையில என்ன வாழக்கா சொமுடா தூக்கிட்டு நிக்க? இன்னைக்கி ஊட்டுக்கு வா ஒனக்கு வைக்கேன் வெள்ளாவி!”

நான் போனைக் கட் செய்துவிட்டு சப்தமாகச் சொன்னேன், “நீ கிழிப்பா! போட்டீ அந்தால நாய?”

சாலையில் சென்றவர்கள் என்னைக் கூர்ந்து பார்த்தார்கள். நான் நேராக வீட்டுக்குப் போனேன். கதவைத் திறந்தும் கூடவே என்னை வசைபாட வாயைத் திறந்தவளின் இதழ்களில் இதழால் மூடி மூச்சு முட்ட வைத்தேன். இந்தப் பெண்களின் வாயை மூட இன்னொரு வாயால்தான் முடியும்! அது யுத்தமாகவோ முத்தமாகவோ கூட இருக்கலாம்!

மார்சியாவின் அத்தைக்குக் கால் பண்ணிக் கேட்டதும்தான் தெரியும் அன்று மாலையில் மார்சியாவுக்கு நிச்சயதார்த்தமாம். மறுநாள்தான் கல்யாணம். மறுநாள் காலையில் நானும் ஹென்னாவும் குழந்தைகளும் குடும்பமாகக் கடைக்குப் போய் இரண்டு புத்தகங்களை வாங்கி கிஃப்ட் பேக் செய்து வாங்கி விட்டு நேராக மார்சியாவின் திருமணத்திற்குப் போனோம்.

என்னை அங்கே கண்ட மார்சியாவுக்கு அதிர்ச்சி. நான் குடும்பமாக மேடைக்குப் போய் மார்சியாவின் நெற்றியில் கைவத்து, “நல்லா இருட்டீ நாய!” என்று சொல்லி மனதார வாழ்த்தி பரிசு கொடுத்துவிட்டு அவளது புதுக் கணவக் கோந்தனிடம் கையைக் குலுக்கி பரிசு கொடுத்து விட்டு அவனிடம், “பிள்ளையப் பத்தரமா பாத்துக்கா! கடுங்கோவக்காரியாக்கும்!” என்று சொல்லி சிரித்து

குடும்பத்தோடு ஃபோட்டோவுக்குப் போஸ் கொடுத்துவிட்டு மேடையிலிருந்து கீழிறங்கி சாப்பிடப்போகும் போது திரும்பி மார்சியாவைப் பார்த்தேன். அவள் கைகளில் நான் கொடுத்த காமசாஸ்திரம் புத்தகம் கிஃப்ட் பேப்பர் பொதிந்து இருந்தது. அவள் கணவனுக்குக் கொடுத்த புத்தகத்தின் தலைப்பு என்னவென்றால் "விஷக்கடியில் இருந்து தப்பிக்க நூறு வழிகள்!"

நான் அவளது முகத்தை ஏறிட்டுப் பார்த்தேன். என்னையே பார்த்துக் கொண்டிருந்த அவளது கண்களில் கண்ணீர், சில கண்ணீருக்குக் காரணமெல்லாம் சொல்லிவிட முடியாது! "குணா உன்னை நான் இழந்து விட்டேன்!" என்பதாக இருக்கலாம்! அல்லது "நீ தப்பிட்டல குணாத் தாய்ளி!" என்பதாகவும் இருக்கலாம்! யார் கண்டது?

ஜாப் மார்சியாவுடைய கணவனின் கதை முற்றிற்று...